ചിതയിലെ വെളിച്ചം

INSIGHT PUBLICA®

INSIGHT PUBLICA®
Kozhikode, Kerala, India 673011
www.insightpublica.com
e-mail: insightpublica@gmail.com
Chithayile Velicham
(Malayalam)
M.N. Vijayan
First Insight Publica Edition: December 2020
This Edition: November 2023

ISBN 978-93-90355-63-1
Published by
InsightinPublica Printers & Publishers Pvt. Ltd.
Printed and bounded in India by
Manipal Technologies Limited, Manipal

എം.എൻ.
വിജയൻ

ചിതയിലെ വെളിച്ചം

INSIGHT PUBLICA

എം.എൻ.
വിജയൻ

കൊടുങ്ങല്ലൂരിനടുത്ത് ലോകമലേശ്വരത്ത് പതിയാശ്ശേരിൽ നാരായണമേനോന്റെയും മൂളിയിൽ കൊച്ചമ്മുഅമ്മയുടെയും മകനായി 1930 ജൂൺ 8-ന് ജനിച്ചു. പതിനെട്ടരയാളം എൽ.പി.സ്കൂളിലും കൊടുങ്ങല്ലൂർ ബോയ്സ് ഹൈസ്കൂളിലും എറണാകുളം മഹാരാജാസ് കോളേജിലും എറണാകുളം ഗവ. ലോ കോളേജിലും പഠിച്ചു. 1951-ൽ മദിരാശി സർവ്വകലാശാലയിൽ നിന്ന് പ്രൈവറ്റായി മലയാളം എം.എ. പാസ്സായി.

എം.എൻ.വിജയന്റെ രാഷ്ട്രീയബന്ധം സ്കൂൾ വിദ്യാഭ്യാസ കാലം മുതൽ ആരംഭിക്കുന്നുണ്ട്. കൊടുങ്ങല്ലൂർ ബോയ്സ് ഹൈസ്കൂളിലായിരുന്നപ്പോൾ വിദ്യാർത്ഥി കോൺഗ്രസിന്റെ സജീവപ്രവർത്തകനായിരുന്നു. മഹാരാജാസ് കോളേജ് വിദ്യാർത്ഥിയായിരിക്കെ സ്വാതന്ത്ര്യസമരത്തിലും ഉത്തരവാദഭരണത്തിനായുള്ള പ്രക്ഷോഭത്തിലും പങ്കെടുത്തു. 1947 ആഗസ്റ്റ്-14 ന് കോളേജിൽ ദേശീയപതാക ഉയർത്താൻ തീരുമാനിച്ച വിദ്യാർത്ഥികളുടെ മുൻനിരയിൽ എം.എൻ.വിജയനും ഉണ്ടായിരുന്നു.

ആനാപ്പുഴയിലെ കെ.പി.കറുപ്പൻ സ്മാരക വായനശാലയുടെ ഭാഗമായ ഗ്രന്ഥാലയത്തിലെ മതഗ്രന്ഥങ്ങളും ആധ്യാത്മിക ഗ്രന്ഥങ്ങളും ചെറുപ്രായത്തിൽതന്നെ വായിച്ച് സന്ന്യാസത്തിൽ താല്പര്യം തോന്നിയതു കാരണം സ്കൂൾ പരീക്ഷ കഴിഞ്ഞപ്പോൾ നേരത്തെ കത്തുവഴി പരിചയമുണ്ടായിരുന്ന ആഗമാനന്ദ സ്വാമികളെ കാണാനായി കാലടിയിലേക്കു പോയി. കാലടി ശ്രീകൃഷ്ണാശ്രമത്തിൽ ഏതാനുംനാൾ കഴിഞ്ഞ ശേഷം തിരികെവന്നു.

1946-ൽ യുക്തിവാദിയും മിശ്രവിവാഹസംഘം സ്ഥാപകനും പത്രപ്രവർത്തകനുമായ ചൊവ്വര പരമേശ്വരനുമായി പരിചയപ്പെട്ടു. ചൊവ്വരയുടെ പൊതുപ്രവർത്തനങ്ങളിലെല്ലാം അടുത്ത സഹചാരിയായിരുന്നു എം.എൻ.വിജയൻ. *കേരളപത്രിക*യുടെ പത്രാധിപരായിരുന്ന എബ്രഹാം മാടമാക്കലും ഇക്കാലത്ത് വലിയൊരു സ്വാധീനമായിരുന്നു. പതിനഞ്ചാം വയസ്സിൽ *കൊച്ചിൻ ടൈംസിൽ* പ്രസിദ്ധീകരിച്ച 'ആധ്യാത്മിക വിപ്ലവ'മായിരുന്നു എം.എൻ.വിജയന്റെ ആദ്യലേഖനം. *കേരളപത്രിക, തിലകം, സാഹിത്യപരിഷത്ത് മാസിക* എന്നീ പ്രസിദ്ധീകരണങ്ങളിലാണ് തുടർന്ന് എഴുതിയത്. 1948-'49 ൽ സിഗ്മണ്ട് ഫ്രോയ്ഡിനെക്കുറിച്ചുള്ള എട്ട് ലേഖനങ്ങൾ പ്രസിദ്ധപ്പെടുത്തി.

1952-ൽ മദിരാശി *ന്യൂ കോളേജി*ലെ മലയാളം അധ്യാപകനായാണ് എം.എൻ.വിജയൻ ഔദ്യോഗിക ജീവിതം ആരംഭിച്ചത്. 1959-ൽ തിരുവനന്തപുരം യൂണിവേഴ്സിറ്റി കോളേജിൽ അധ്യാപകനായി

നിയമനം ലഭിച്ചതോടെ കേരളത്തിലേക്ക് തിരിച്ചുവന്നു. യൂണിവേഴ്സിറ്റി കോളജിലെ ജോലി ഒരു മാസം കഴിഞ്ഞപ്പോൾ നഷ്ടപ്പെട്ടു. 1960 ഫെബ്രുവരിയിൽ തലശ്ശേരി ഗവ.ബ്രണ്ണൻ കോളേജിൽ നിയമിതനായി. 1985-ൽ അധ്യാപകവൃത്തിയിൽ നിന്നു വിരമിക്കുന്നതുവരെ അവിടെത്തന്നെ തുടർന്നു.

1957 ജൂൺ 9-ന് വിവാഹം. ഭാര്യ: ശാരദ. മക്കൾ: വി.എസ്.അനിൽ കുമാർ, ഡോ. വി.എസ്. സുജാത, വി.എസ്. സുനീത. മരുമക്കൾ: രത്നമ്മ ടി., ഡോ. പി.വി. ബാലചന്ദ്രൻ, സി. രാജഗോപാലൻ. പേരക്കുട്ടികൾ: അപർണ, അശ്വതി, സിദ്ധാർത്ഥ്, സുകൃതി, പ്രകൃതി.

കേരള സാഹിത്യ സമിതിയുടെ പ്രധാന സംഘാടകരിൽ ഒരാളായിരുന്ന എം.എൻ. വിജയൻ പിന്നീട് നേതൃത്വപദവി ഏറ്റെടുത്തു പ്രവർത്തിക്കുന്നത് പുരോഗമന കലാ സാഹിത്യ സംഘത്തിലാണ്. 1987 ജനുവരി 4-ന് കോട്ടയത്തുവെച്ചു നടന്ന സമ്മേളനത്തിൽ പുരോഗമന കലാ സാഹിത്യ സംഘത്തിന്റെ വൈസ് പ്രസിഡണ്ടായി. 1992 ഏപ്രിൽ 21-ന് പെരുമ്പാവൂർ സമ്മേളനത്തിൽ വെച്ച് പുരോഗമന കലാ സാഹിത്യ സംഘത്തിന്റെ പ്രസിഡണ്ടായി. 1994 ജൂണിൽ *ദേശാഭിമാനി വാരിക*യുടെ പത്രാധിപരായി. 2000-ൽ *പാഠം മാസിക*യുടെകൂടി പത്രാധിപരായി. 2000 ജൂൺ 1-ന് പുരോഗമന കലാ സാഹിത്യ സംഘത്തിന്റെ പ്രസിഡണ്ട് സ്ഥാനം രാജിവെച്ചു. 2005 ഫെബ്രുവരി 23-ന് *ദേശാഭിമാനി വാരിക*യുടെ പത്രാധിപസ്ഥാനവും രാജിവെച്ചു.

അധ്യാപകൻ, നിരൂപകൻ, പ്രഭാഷകൻ, പത്രപ്രവർത്തകൻ എന്നീ നിലകളിൽ ദശാബ്ദങ്ങൾ പ്രൊഫ. എം.എൻ. വിജയൻ മലയാള സാംസ്കാരികരംഗത്ത് നിറഞ്ഞുനിന്നു. കേരളത്തിൽ അങ്ങോളമിങ്ങോളം ആയിരക്കണക്കിന് വേദികളിൽ വിവിധ വിഷയങ്ങളെക്കുറിച്ച് അദ്ദേഹം പ്രഭാഷണങ്ങൾ നടത്തിയിരുന്നു. 1945-ൽ ഉത്തരവാദപ്രക്ഷോഭത്തിന്റെ ഭാഗമായി കൊടുങ്ങല്ലൂർ കാവ് മൈതാനത്ത് തുടർച്ചയായി ചെയ്തവയാണ് ആദ്യ പ്രസംഗങ്ങൾ.

കൃതികൾ: *ചിതയിലെ വെളിച്ചം* (പൂർണ്ണ പബ്ലിക്കേഷൻസ് കോഴിക്കോട്, 1981) *ഫാഷിസത്തിന്റെ മനഃശാസ്ത്രം* (സമീക്ഷ, കുളപ്പുറം, 1986) *എം.എൻ. വിജയൻ പ്രഭാഷണങ്ങൾ* (സഹൃദയ സംഘം, കോഴിക്കോട്, 1986) *കവിതയും മനഃശാസ്ത്രവും* (മാതൃഭൂമി, കോഴിക്കോട്, 1987) *ശീർഷാസനം* (അകം സമിതി, തലശ്ശേരി, 1989) *അടയുന്ന വാതിൽ തുറക്കുന്ന വാതിൽ* (മൾബറി, കോഴിക്കോട്, 1990) *വർണ്ണങ്ങളുടെ സംഗീതം* (പെൻ ബുക്സ്, വടകര, 1987) *എം.എൻ. വിജയൻ പ്രബന്ധങ്ങൾ പ്രഭാഷണങ്ങൾ സ്മൃതിചിത്രങ്ങൾ* (ബോധി

പബ്ലിഷേഴ്സ്, കോഴിക്കോട്, 1993) *കാഴ്ചപ്പാട്* (ചിന്ത പബ്ലിഷേഴ്സ്, തിരുവനന്തപുരം,1992) *മരുഭൂമികൾ പൂക്കുമ്പോൾ* (കലാക്ഷേത്രം, കാസർകോട്, 1993) *വാക്കും മനസ്സും* (കലാക്ഷേത്രം, കാസർകോട്, 1994) *കലയിലെ സ്വാതന്ത്ര്യം* (പുരോഗമന കലാ സാഹിത്യ സംഘം, കണ്ണൂർ, 1994) *നൂതന ലോകങ്ങൾ* (കറന്റ് ബുക്സ്, തൃശ്ശൂർ, 1994) *പുതിയ വർത്തമാനങ്ങൾ* (ഇംപ്രിന്റ്, കൊല്ലം, 1995) *സംസ്കാരവും സ്വാതന്ത്ര്യവും* (ചിന്ത പബ്ലിഷേഴ്സ്, തിരുവനന്തപുരം, 1996) *അടയാളങ്ങൾ* (ചിന്ത പബ്ലിഷേഴ്സ്, തിരുവനന്തപുരം, 1997) *മനുഷ്യർ പാർക്കുന്ന ലോകങ്ങൾ* (പ്രവാസി ദോഹ, 1997) *കലയും ജീവിതവും* (ചിന്ത പബ്ലിഷേഴ്സ്, തിരുവനന്തപുരം, 1998) *കവിതയുടെ ലോകപദം* (സമീക്ഷ, കുളപ്പറം, 2000) *അധിനിവേശത്തിന്റെ വഴികൾ* (ലഫ്റ്റ് വ്യൂസ്, കോഴിക്കോട്, 2000) *പ്രതിരോധങ്ങൾ* (ചിന്ത പബ്ലിഷേഴ്സ്, തിരുവനന്തപുരം, 2001) *ഭയവും അഭയവും* (ചിന്ത പബ്ലിഷേഴ്സ്, തിരുവനന്തപുരം, 2002) *ഫാസിസം സിദ്ധാന്തം, പ്രയോഗം, പ്രതിരോധം* (ചിന്ത പബ്ലിഷേഴ്സ്, തിരുവനന്തപുരം, 2003) *പ്രകൃതിപാഠങ്ങൾ* (സമയം പബ്ലിക്കേഷൻസ്, കണ്ണൂർ, 2003) *വിയോജിക്കാനുള്ള സ്വാതന്ത്ര്യം* (ലഫ്റ്റ് വ്യൂസ്, കോഴിക്കോട്, 2005) *ചുമരിൽ ചിത്രമെഴുതുമ്പോൾ* (ഗ്രീൻ ബുക്സ്, 2003) *കാലിഡോസ്കോപ്* (നിശാഗന്ധി പബ്ലിക്കേഷൻസ്, തൃശ്ശൂർ, 2006) *ഒളിച്ചുകടത്തിയ ആയുധങ്ങൾ* (കൈരളി ബുക്സ്, കണ്ണൂർ, 2006) *എഴുത്തും പ്രത്യയശാസ്ത്രവും* (നിശാഗന്ധി പബ്ലിക്കേഷൻസ്, ഇരിങ്ങാലക്കുട, 2007) *സ്വാതന്ത്ര്യത്തിന്റെ അർത്ഥം* (നിശാഗന്ധി പബ്ലിക്കേഷൻസ്, ഇരിങ്ങാലക്കുട, 2007)

ഇവയ്ക്ക് പുറമേ *സംഭാഷണങ്ങൾ* (മാങ്ങാട് രത്നാകരൻ, കറന്റ് ബുക്സ് തൃശ്ശൂർ, 2001) *അധികാരം അനുരാഗം ആത്മരഹസ്യങ്ങൾ* (എഡി. താഹമാടായി, ചിന്ത പബ്ലിഷേഴ്സ്, തിരുവനന്തപുരം, 2002) *കലാപത്തിന്റെ ഉത്തരങ്ങൾ* (എം.എസ്. ബനേഷ്, ഫാബിയൻ ബുക്സ്, നൂറനാട്, 2004) എന്നീ അഭിമുഖ സമാഹാരങ്ങളും.

എം.എൻ.വിജയൻ എഡിറ്റു ചെയ്ത കൃതികൾ: *നമ്മുടെ സാഹിത്യം നമ്മുടെ സമൂഹം* (കേരള സാഹിത്യ അക്കാദമി, തൃശ്ശൂർ, 2000) *കേസരിയുടെ സാഹിത്യവിമർശനങ്ങൾ* (എസ്.പി.സി.എസ്, കോട്ടയം, 1984) *നവീന ചിത്രകല* (കേസരി ബാലകൃഷ്ണപ്പിള്ള, കേരള ലളിതകലാ അക്കാദമി, തൃശ്ശൂർ, 1990) *എം.ആർ.ബി, ജീവിതം, കൃതികൾ, ദർശനം* (കറന്റ് ബുക്സ്, തൃശ്ശൂർ, 2004) *കേസരിയുടെ ലോകങ്ങൾ* (അകം സമിതി, തലശ്ശേരി 1989), *കഥയുടെ നൂറ്റാണ്ട്*- രണ്ട് വാല്യം, *കവിതയുടെ നൂറ്റാണ്ട്*-രണ്ട് വാല്യം (എസ്.പി.സി.എസ്, കോട്ടയം, 2000-2001)

2007 ഒക്ടോബർ 3-ന് അന്തരിച്ചു.

ഉള്ളടക്കം

പഴയ ശരിയും പുതിയ തെറ്റും

നമ്മുടെ നിരൂപണം തീരെ ശുഷ്കമാണ് എന്നു കവികളും കവിത അമ്പാടെ പാപ്പരാണ് എന്ന് നിരൂപകന്മാരും പാരമ്പര്യമായി ത്തന്നെ പറഞ്ഞു പോന്നിട്ടുണ്ട്. എങ്കിലും ജീവിതമൂല്യങ്ങളെ ചോദ്യം ചെയ്ത പുതിയ സാഹിത്യവും സാഹിത്യമൂല്യങ്ങളെ ചോദ്യം ചെയ്ത പുതിയ നിരൂപണവും കഴിഞ്ഞ തലമുറയോടെ ഇവിടെ ആരംഭിച്ചുകഴിഞ്ഞു. ഇന്ത്യയിലെ ഇതര സാഹിത്യങ്ങളിൽ ഉണ്ടായ നവീനതയുടെ അലയ ടികളാണ് മലയാളത്തിലും കേട്ടുപോന്നതെങ്കിലും അമ്പിളി നമ്മുടെ മുറ്റത്താണുദിച്ചതെന്ന് പറഞ്ഞിരിക്കുകയാണ് ആത്മാഭിമാനത്തിന് സുഖകരമായിട്ടുള്ളത്. നാമതു മുടങ്ങാതെ ചെയ്തുപോന്നിട്ടുമുണ്ട്.

1930-കളിലാരംഭിച്ച പുതിയ നിരൂപണത്തിന്റെ അത്ഭുതകരമായ സത്വര വികാസത്തിന് കാരണം ശ്രീ. ബാലകൃഷ്ണപിള്ള തന്നെയാ യിരുന്നു. എ.ആർ.രാജരാജവർമ്മയുടെയും ബാലകൃഷ്ണപിള്ളയുടെയും മാനസചക്രവാളങ്ങൾ തമ്മിലുള്ള അകലം അറിയണമെന്നുള്ളവർ *രാജരാജീയ*ത്തിലെ പ്രബന്ധങ്ങളും അവയുടെ മുഖക്കുറിപ്പുകളും ചേർത്തു വായിച്ചാൽ മതിയാകും. ഒരു പതിറ്റാണ്ടുകൊണ്ട് കേസരി സാർവലൗകികവും സാർവകാലികവും ആയ സാദൃശ്യാത്മക സാഹി ത്യവീക്ഷണം മലയാളത്തിൽ അവതരിപ്പിച്ചു. ഒളിക്കുവാൻ സ്വന്തമായ കിണറുണ്ടായിരുന്ന കേരളീയരുടെ കണ്ണിൽ, തിരുവനന്തപുരത്തും പറവൂരും താമസിക്കുമ്പോഴും കേസരി ഒരു വിദേശീയനായിത്തീർ ന്നു എന്നതാണ് അവിശ്വസനീയമായ ഈ മാനസവികാസത്തിന് താനനുഭവിക്കേണ്ടിവന്ന ശിക്ഷ. ശൈലീവല്ലഭനായ ഒരു നിരൂപകൻ കേസരിയെ ബലാൽക്കാരേണ മലയാള വാക്യരചന അഭ്യസിപ്പിച്ചു കൃതാർത്ഥനാവുകയും ചെയ്തു.

ബാലകൃഷ്ണപിള്ള കൊണ്ടുവന്ന പുതിയ മാനവശാസ്ത്രബോധവും ചരിത്രബോധവും സാർവദേശീയ സാഹിത്യബോധവും ഒരു തലമുറയ്ക്കു താങ്ങാൻ കഴിയാത്തതായിരുന്നു. അദ്ദേഹത്തിന്റെ ഭാഗികപരാജയത്തിനു മുഖ്യകാരണവും അതുതന്നെ. ശകുന്തള കുടം ചെരിക്കുമ്പോൾ ഉടുത്തിരുന്നത് കൈത്തലമോ കൈത്തണ്ടോ എന്ന പ്രശ്നത്തെക്കുറിച്ച് ചർച്ചിച്ചു ക്ലേശിക്കുന്നവർക്ക് ഈ നൂതനത ഉൾക്കൊള്ളുക എളുപ്പമായിരുന്നില്ല. 'സാഹിത്യത്തിലെ വിഷംതീനികൾ' എന്ന ഒരു ലഘുപന്യാസം വഴി കേസരി ഒരു കാലഘട്ടത്തിന്റെ സാഹിത്യസാകല്യത്തെയാണ് വ്യാഖ്യാനിച്ചത്. 'സാഹിത്യ പ്ലാനിങ്ങ്' എന്ന മറ്റൊരു പ്രബന്ധത്തിൽ വരാനിരിക്കുന്ന സാഹിത്യത്തിന്റെ പ്രവചനാത്മകമായ രൂപരേഖയും അദ്ദേഹം നൽകി. പിന്നീടുള്ള കാൽനൂറ്റാണ്ടിനിടയ്ക്ക് മലയാളസാഹിത്യത്തിനുണ്ടായ വളർച്ച ഈ രേഖയിൽക്കൂടിയായിരുന്നു എന്നത് കേസരിയുടെ ജ്യോതിഷപാടവത്തെയല്ല തെളിയിക്കുന്നത്; അഗാധമായ സാഹിത്യചരിത്രബോധത്തെയും മനുഷ്യചരിത്രബോധത്തെയുമാണ്. ഖസാക്കും വൈറ്റ്കോളറും നെല്ലും വരെയെത്തിനിൽക്കുന്ന ഒരു ഭാവിസാഹിത്യത്തെ വിശദീകരിക്കുകയും മറ്റൊന്നുകൊണ്ട് ഭാവിസാഹിത്യത്തിന്റെ മുൻകാഴ്ച നൽകുകയും ചെയ്ത ഒരു മഹാപ്രതിഭയെ നാഴി കൊണ്ടും ഉരി കൊണ്ടും അളന്നുനോക്കുകയും സമർത്ഥമായ കവണക്കല്ലേറുകൊണ്ട് വീഴ്ത്തുവാൻ ശ്രമിക്കുകയും ചെയ്ത മഹാരഥന്മാരോട് എനിക്കൊട്ടും അസൂയയില്ല.

കേസരിയെ സ്മരിക്കാതിരിക്കുക എന്നത് കേരളത്തിലെ ചരിത്രകാരന്മാരുടെയും ഏറെക്കുറെ നിരൂപകന്മാരുടെയും ശീലമായിത്തീർന്നിട്ടുണ്ട്. 'അവിസ്മരണീയരായ' മറ്റു നിരൂപകരിലേക്കു കടക്കുകയാകും നമുക്കും എളുപ്പം.

ശബ്ദായമാനമായ കാലം

മുണ്ടശ്ശേരിയും പോളും മാരാരുമാണല്ലോ കഴിഞ്ഞ തലമുറയിലെ നിരൂപണത്തിന്റെ ശബ്ദം. സാഹിത്യത്തിൽ ഏറ്റവും ശബ്ദായമാനമായ കാലഘട്ടവും അതുതന്നെയായിരുന്നു.

ഏ.ആറിനെ എതിർത്തുകൊണ്ടും സംസ്കൃതത്തിൽ സാഹിത്യനിരൂപണമേയില്ല എന്നുദ്ഘോഷിച്ചുകൊണ്ടുമാണ് മാരാർ സാഹിത്യത്തിലേക്കു കടന്നുവന്നത്. ഇതിന്റെ സാഹചര്യം, പലരും പറയുംപോലെ പണ്ഡിതലോകത്തിന്റെ അവഗണനയോ ശംഭുശർമ്മയുടെ ശിഷ്യത്വമോ വ്യക്തിവിവേകത്തിന്റെ സ്വാധീനശക്തിയോ ആകാം. ഒരു നിരൂപകൻ എന്ന നിലയിൽ മാരാർ എത്രത്തോളം എവിടത്തോളം ചെയ്തുതീർത്തു എന്നന്വേഷിക്കുന്നതിലേ എനിക്കു താത്പര്യമുള്ളൂ.

പ്രോക്രസ്റ്റസ്സിന്റെ കട്ടിൽ

സാഹിത്യം കലയെന്നതിനേക്കാൾ വിദ്യയാണ് എന്ന സമർത്ഥന ത്തിൽ നിന്ന് മാരാരുടെ നിരൂപണമാനദണ്ഡം ആരംഭിക്കുന്നു. കാന്ത യെപ്പോലെ രമിപ്പിച്ചുപദേശിക്കുകയാണ് സാഹിത്യപ്രയോജനം എന്ന പഴയ നിലപാടുകളിലൊന്നിനെ മാരാർ ഇവിടെ അംഗീകരിക്കുകയേ ചെയ്തിട്ടുള്ളൂ. ഈ ഉപദേശത്തിലെത്തിക്കുവാനുള്ള ഉപായം മാത്രമാണ് സാഹിത്യത്തിലെ കല. അതുകൊണ്ട് കാവ്യത്തിലെ സംഗീതം അപ്ര ധാനമാണ് എന്നു മാത്രമല്ല കവിത കഴിയുന്നതും നിശ്ശബ്ദമായി വായി ക്കുന്നതാണ് നല്ലത്. നാനാമുഖവും ശിഥിലവും ആയ ചിത്തവൃത്തികളെ കാവ്യത്തിനു വേണ്ടി അടുക്കിവെക്കുന്ന കലയെ മാരാർ സന്ധിശില്പം എന്നു വിളിച്ചു. കഴിയുന്നത്ര കുറഞ്ഞ അക്ഷരങ്ങളിൽ കഴിയുന്നത്ര കൂടുതൽ അർത്ഥം ഉൾക്കൊള്ളിക്കുകയാണ് കാവ്യരചനയുടെ മർമ്മം. ഈ വാദധാരകളിലെല്ലാം നിറഞ്ഞുനിന്ന കാർക്കശ്യം മാരാരെ അനുദാരതയിലേക്കാണെത്തിച്ചത്. സാഹിത്യം വിദ്യയാണ് എന്നും ഉപദേശമാണ് എന്നുമുള്ള പിടിവാശി നിമിത്തം വിശിഷ്ട കൃതികളിലെ ഉപദേശം കണ്ടുപിടിച്ചേ തീരൂ എന്ന തലയിലെഴുത്തു തന്റേതായി ത്തീർന്നു. ഭാരതപര്യടനത്തിലെ ഫലശ്രുതികളും 'മാമ്പഴം' പോലുള്ള നവീനകൃതികളുടെ ആസ്വാദനവും ഇതു വ്യക്തമാക്കിത്തരുന്നുണ്ട്. സന്ധിശില്പത്തെക്കുറിച്ചുള്ള അനുദാരബോധവും ഗീതാഗോവിന്ദത്തെ നിന്ദിച്ചു തള്ളുവാൻ മാരാരെ നിർബന്ധിച്ചു. ഔചിത്യത്തെക്കുറിച്ചുള്ള വിചിത്രബോധവും അക്ഷരപരിമിതിയാണ് ധ്വനിയെന്ന വാശിയും വന്നപ്പോൾ മാരാർ കുഞ്ചൻ നമ്പ്യാരെ പദവ്യഭിചാരിയായി അഭിഷേകം ചെയ്തു. അറിഞ്ഞോ അറിയാതെയോ നമ്മുടെ നിരൂപണത്തിലെ പ്രോ ക്രസ്റ്റസ്സായിത്തീർന്നു മാരാർ. വ്യാസകാളിദാസാദികളെ വലിച്ചു നീട്ടിയും ജയദേവാദികളെ മുറിച്ചുനീക്കിയും പഴയ സാഹിത്യത്തോടുള്ള തന്റെ കടമ മാരാർ അനുഷ്ഠിക്കുകയും ചെയ്തു.

അറിവ് നിഷിദ്ധമാണ്

നിരൂപണത്തിന്റെ ഒരു ധർമ്മം പഴയ സാഹിത്യത്തെ നോക്കി ക്കാണുവാനുള്ള പുതിയ കാഴ്ചപ്പാടുകൾ നൽകുകയാണ്. പുതിയ സാഹിത്യത്തെ കണ്ടെത്തുകയാണ് അതിന്റെ മറ്റൊരു ധർമ്മം. മാരാർ പ്രസിദ്ധനായിത്തീർന്നത് വ്യാസകാളിദാസാദികളെ കാണു വാനുള്ള പുതിയ കണ്ണുകൾ നൽകി എന്ന പേരിലാണല്ലോ. നവീന സാഹിത്യത്തെ കാണാനോ കാണാതിരിക്കാനോ സഹായി ക്കുന്ന കണ്ണുകളും മാരാരുടെ വകയായിട്ടുണ്ട്. ഇവിടെ മൗലികമായ ന്യൂനതയായി ഞാൻ കാണുന്നത്, തന്റെ സൂക്ഷ്മദർഷനപാടവത്തെ

ആധുനിക വിജ്ഞാനത്താൽ ഉദ്ദീപ്തമാക്കുവാൻ മാരാർക്കു സാധിച്ചിട്ടില്ല എന്നതാണ്. എം.എക്കാരേക്കാൾ ഇംഗ്ലീഷും മനഃശാസ്ത്രപണ്ഡിതന്മാരേക്കാൾ മാനസരഹസ്യങ്ങളും മാരാർക്കറിയാമെന്നു പറഞ്ഞുപരത്തുന്നത് അദ്ദേഹത്തെയും മറ്റുള്ളവരെയും വഴിതെറ്റിക്കാൻ മാത്രമേ പ്രയോജനപ്പെട്ടു.

പുതിയ വിജ്ഞാനം സാഹിത്യത്തിന്റെ അന്തരാത്മാവിനെ ഉദ്ദീപ്തമാക്കുമെന്നു മാരാർ കരുതുന്നുണ്ടോ എന്നെനിക്കറിയില്ല. പക്ഷേ പാശ്ചാത്യവിജ്ഞാനങ്ങളിൽനിന്നു നാലപ്പാടനും മറ്റും തേകിത്തിരിച്ച ചെറിയ നീർച്ചാലുകളിൽ മുങ്ങിക്കുളിക്കുവാൻ അദ്ദേഹം ശ്രമിച്ചിട്ടുണ്ട്. *രതിസാമ്രാജ്യ*ത്തിലെ വികൃതികൾ *മേഘസന്ദേശ*ത്തിലെ സാഡിസ്റ്റ് ഭാവനകളും മറ്റും കണ്ടെത്താനുപകരിച്ചു എന്ന് സമ്മതിച്ചിട്ടുള്ള അദ്ദേഹത്തിന് പുതിയ അറിവുകൾ നിഷിദ്ധങ്ങളാകാൻ വഴിയില്ല. നവീനവിജ്ഞാനത്താൽ ലഭിക്കുന്ന ഇത്തരം ചെറിയ വെളിപാടുകൾ നമ്മുടെ സാഹിത്യസമ്പത്തിന് ഉജ്ജ്വലങ്ങളായ അർത്ഥബന്ധങ്ങൾ നൽകും എന്നുതന്നെയാണെന്റെയും പക്ഷം. പഴയ കൃതികളുടെ നിരൂപണം അവന്ധ്യമാകണമെങ്കിൽ ഇങ്ങനെത്തന്നെ ആയിരിക്കുകയും വേണം.

വളരെ സംസ്കൃതമായ മാരാരുടെ *മേഘസന്ദേശ*പഠനം പ്രയോജനകരമെങ്കിലും ടാഗൂറിന്റെ കാവ്യാത്മകപ്രശസ്തിക്കു മുമ്പിൽ മൗലികമോ അഗർവാലിന്റെ ഹിന്ദി മേഘദൂതത്തോടൊപ്പം ഗംഭീരമോ ആണെന്നു തോന്നുന്നില്ല. വാസ്തവത്തിൽ ഭാരതീയാന്തരീക്ഷത്തിൽ പണ്ടേ വന്നു കഴിഞ്ഞ ആസ്വാദനരീതികളെ മാരാർ മലയാളത്തിലേക്കാവാഹിക്കുകയേ ചെയ്തിട്ടുള്ളൂ. വാല്മീകിയുടെ രാമനെക്കുറിച്ചും ഭാരതത്തിലെ പാത്രസന്ദർഭത്തെക്കുറിച്ചുമുള്ള മാരാരുടെ പഠനങ്ങൾക്കും ഇതിലുമധികം മൗലികത്വമുണ്ടെന്നു കരുതുവാൻ ഒരു ന്യായവുമില്ല.

വ്യാസൻ ചിരിച്ചോ?

സാഹിത്യം വിദ്യയാണെന്ന വിശ്വാസത്തിന്റെ അനുബന്ധമെന്നോണം ഋഷിയല്ലാത്തവൻ കവിയല്ല എന്ന ചൊല്ലിനേയും മാരാർ ശരിവച്ചിട്ടുണ്ട്. ഈ സിദ്ധാന്തങ്ങളുടെ പൊരുളിനെക്കുറിച്ച് ഇവിടെ ചർച്ചചെയ്യേണ്ടതില്ല. മാരാരുടെ മനസ്സിനെ ഈ സിദ്ധാന്തങ്ങൾ എവിടെ കൊണ്ടെത്തിച്ചു? 'വ്യാസന്റെ ചിരി' എന്ന പേരിലെഴുതിയ ഋശ്യശൃംഗ കഥയുടെ വ്യാഖ്യാനവും ഫലശ്രുതിയും ആണ് ഇതിന്റെ ഒരു ഫലം. കുട്ടികളെ കണ്ണും ചെവിയും പൊത്തി വളർത്തിയെടുത്താലുണ്ടാകുന്ന അപകടത്തെക്കുറിച്ച് നമ്മെ ബോധ്യപ്പെടുത്തുകയാണ് വ്യാസൻ ചെയ്തിരിക്കുന്നത്. വളരുന്ന അംഗരാജ്യത്തിൽ മഴ, ബ്രഹ്മചാരിക്ക്

രാജപുത്രീലാഭം, ഋഷിക്ക് സൽക്കാരപ്രശംസകൾ എന്നിവയാണ് വ്യാസൻ വിവരിക്കുന്ന അപകടങ്ങളെന്ന് ഈ തിരക്കിൽ നിരൂപകൻ മറന്നുപോയതെന്തേ? ഈ സൗഭാഗ്യങ്ങൾക്ക് ഉപകരണമായിത്തീർന്ന വേശപ്പെൺകൊടികളെ, വേശ്യകൾക്ക് പ്രാചീന സമുദായങ്ങളിലുണ്ടായിരുന്ന മഹനീയവും ത്യാഗമയവുമായ സ്ഥാനം മനസ്സിലാക്കിയിരുന്നുവെങ്കിൽ, അദ്ദേഹം നിന്ദിക്കുമായിരുന്നില്ല. ഭൂമിയെ ഉർവരയാക്കിത്തീർക്കുവാൻ പ്രാചീനരും പ്രാകൃതരും അനുഷ്ഠിച്ച ആചാരക്രിയകളെക്കുറിച്ച് ഫ്രേസറുടെയും മറ്റു നരവംശശാസ്ത്രജ്ഞന്മാരുടെയും ഉപജ്ഞാനങ്ങൾ ഈ കഥയുടെ മൗലികവും ഗംഭീരവും ആയ അർത്ഥതലങ്ങളിലേക്ക് നയിക്കുകയും ചെയ്യുമായിരുന്നു. ദശരഥവധുക്കളെ ഉർവരകളാക്കിത്തീർത്ത ഈ ഋശ്യശൃംഗൻ വസുന്ധരയേയും മനുഷ്യസമുദായത്തേയും വന്ധ്യത്വത്തിൽ നിന്ന് രക്ഷിക്കുകയുണ്ടായി എന്നും അനുസ്മരിക്കേണ്ടതാണ്. നൈഷ്ഠികമായ ബ്രഹ്മചര്യത്തിന് ശേഷമുള്ള യജ്ഞം ജീവോല്ലാദനത്തെ ത്വരിപ്പിക്കുന്നു എന്ന വിശ്വാസം ആർഷഭാരതത്തിൽ മാത്രമല്ല, അമേരിക്കയിലേയും യൂറോപ്പിലേയും വന്യസമുദായങ്ങളിലും നിലനിന്നിരുന്നു. മുനികുമാരനെ സ്ത്രീദർശനം കൂടാതെ വളർത്തിയതിലുള്ള പൊരുളിതാണെങ്കിൽ വ്യാസഭഗവാൻ വാസ്തവത്തിൽ ഇവിടെ ചിരിക്കുകയാണോ ചെയ്തിട്ടുള്ളതെന്നും ആലോചിക്കേണ്ടിയിരിക്കുന്നു. ഒറ്റക്കൊമ്പനായ ഈ ഋശ്യപുത്രനെ പാശ്ചാത്യസാഹിത്യത്തിലെ യൂനിക്കോണുമായി ഇണക്കിച്ചേർത്തു മനഃശാസ്ത്രപരമായ അന്വേഷണവും വ്യാസകഥയ്ക്കു പുതിയ അർത്ഥബന്ധങ്ങൾ നൽകും.

മാരാരിതൊന്നും അന്വേഷിച്ചില്ല എന്നതിലല്ല എനിക്കുള്ള പരാതി. പുതിയ വെളിച്ചം സഹായത്തിനുണ്ടായിരുന്നുവെങ്കിൽ അസാമാന്യമായ ഉൾക്കാഴ്ചയുള്ള മാരാരുടെ പ്രതിഭ ഇതിന്നപ്പുറവും കാണുമായിരുന്നു. സാഹിത്യം വിദ്യയാണ് എന്ന അർധസത്യത്തിന്റെ തടവുകാരനായിത്തീർന്ന അദ്ദേഹം ഈ കഥയിൽ ആർക്കുമൊരപകടവും സംഭവിച്ചിട്ടില്ല എന്ന സരളസത്യം കാണാതെപോയി എന്നതിലേ ആക്ഷേപമുള്ളൂ. 'മാമ്പഴ'ത്തിന്റെ ഫലശ്രുതിയിലും മാരാർക്കിതേ സിദ്ധാന്തബദ്ധതയിൽ പാളിപ്പോകേണ്ടിവന്നു.

സിദ്ധാന്തത്തിന്റെ ചട്ടക്കൂട്

വാസ്തവത്തിൽ സാഹിത്യം വിദ്യയാണെന്നുള്ള പിടിവാശി സാഹിത്യസ്വരൂപത്തെക്കുറിച്ച് അനുദാരവും അയഥാർത്ഥവുമായ പല നിഗമനങ്ങളിലും കൊണ്ടുചെന്നെത്തിച്ചിട്ടുണ്ട്. അല്ലെങ്കിൽ, കാവ്യത്തിൽ സംഗീതാംശം പലതോതിൽ കലർന്നിരിക്കുമെന്നറിയാവുന്ന ഒരു പ്രൗഢനിരൂപകൻ *കുമാരസംഭവ*ത്തെയും ഗീതഗോവിന്ദത്തെയും

തെറ്റായി സാദൃശ്യപ്പെടുത്തി കൂടുതൽ തെറ്റായ അഭിപ്രായങ്ങൾ രൂപവൽക്കരിക്കുമായിരുന്നില്ല. ഒന്നിലെ നായകൻ മഹായോഗിയും മറ്റൊന്നിലേത് മായാമയനുമാണെന്ന പാത്രസ്വഭാവഭേദം താൻ ശ്രദ്ധിക്കാതിരുന്നുവോ? കാളിദാസകൃതി ഒരു ശ്രവ്യകാവ്യവും ഗീതഗോവിന്ദം അഭിനയപ്രധാനമായ ഗീതപ്രബന്ധവുമാണെന്നും ഓർക്കാതിരിക്കുവാൻ മാത്രം സിദ്ധാന്തബദ്ധത തനിക്കു പണ്ടേ വന്നുകഴിഞ്ഞുവോ? മനുഷ്യാത്മാവിലേക്ക് നേരെയും ആഴത്തിലും കടന്നുചെല്ലുവാൻ സംഗീതത്തിനുള്ള സർവോത്തരമായ കഴിവ് മനസ്സിലാക്കിയ ലോകകവികൾ കാവ്യത്തെ സംഗീതത്തോടടുപ്പിക്കുവാൻ ശ്രമിച്ചുപോന്നിട്ടുണ്ട് എന്നും അദ്ദേഹം ശ്രദ്ധിക്കുകയുണ്ടായില്ലെന്നു തോന്നുന്നു. ലിറിക്കുകളുടെ പാശ്ചാത്യചരിത്രമോ ഗ്രീക്ക് ട്രാജഡികളുടെ രൂപശില്പമോ ഷേക്സ്പിയർ നാടകങ്ങളിലെ വികാരോൽബണരംഗങ്ങളിൽ സംഗീതത്തിനുള്ള സ്ഥാനമോ ഫ്രഞ്ചു സിംബലിസ്റ്റുകൾ അർത്ഥനിരപേക്ഷമായ കവിതയിലെത്തിച്ചേരാൻ നടത്തിയ സാഹസപരീക്ഷണങ്ങളോ ചങ്ങമ്പുഴ ഭാഷാകവിതയിൽ വരുത്തിത്തീർത്ത അത്ഭുതപരിണാമമോ മാരാർ അറിഞ്ഞിട്ടേയില്ലെന്നു വരുമോ? അറിഞ്ഞിരുന്നുവെങ്കിൽ സിംബലിസം രൂപകാതിശയോക്തിയാണെന്നും മറ്റും വാദിച്ചു സമർത്ഥിച്ചു ചാരിതാർത്ഥ്യമടയുന്നതിൽ ഒരു പുണ്യവുമില്ലെന്നു മനസ്സിലാക്കി സിംബലിസ്റ്റുകളുടെ കാവ്യപ്രശ്നങ്ങളെന്തായിരുന്നുവെന്നു പഠിക്കാൻ തന്റെ വിലയേറിയ ബുദ്ധിയും സമയവും ചെലവാക്കുമായിരുന്നു.

കുഞ്ചന്റെ കുറ്റം

ഇതുപോലെതന്നെ കുഞ്ചൻനമ്പ്യാരുടെ തുള്ളലുകൾ ഭാഷയിൽ സരളവും വർണനയിൽ വിശദവും ഭാവത്തിൽ പ്രസന്നവും നർമ്മഫലിതമയവും ആയിത്തീരുന്നത്, സവിശേഷമായ ഒരു സദസ്സിനെ മുന്നിൽ കണ്ടുകൊണ്ടുള്ള തുള്ളലെന്ന നൃത്തരൂപത്തിന്റെ സാഹിത്യമാകയാലാണ് എന്നും ഔദാര്യത്തോടെ ചിന്തിക്കുവാൻ മാരാരെക്കൊണ്ടായില്ല. താനുപയോഗിക്കുന്ന മീഡിയം, നിർമ്മിക്കുന്ന കലാരൂപം, വിഷയപാത്രസ്വഭാവം, സദസ്സ്, സ്വത്വം എന്നീ ഘടകങ്ങളുടെ സങ്കീർണ്ണബന്ധമാണ് ഒരു കലാകാരന്റെ ശില്പത്തെ സംവിധാനം ചെയ്യുന്നത്. കുഞ്ചൻ നമ്പ്യാർക്കും ഇതറിയാമായിരുന്നു എന്നതിന് തുള്ളലും ശ്രീകൃഷ്ണചരിതവും ചേർത്തുവെച്ച് വായിച്ചാൽ മതിയാകും. കരയ്ക്കു നിൽക്കുന്നവന് പുഴയുടെ സ്വഭാവവും ചലനനിയമങ്ങളും അറിയണമെന്നില്ല. നീന്തുന്നവനാകട്ടെ തന്റെയും ജലത്തിന്റെയും ചലനനിയമങ്ങൾ അറിഞ്ഞേ പറ്റൂ. കുളവും പുഴയും സമുദ്രവും തിരിച്ചറിയാത്ത കലാകാരൻ തന്റെ മീഡിയത്തിൽ മുങ്ങിച്ചാവുന്നു.

ഋഷിയും കവിയും

പഴയ സാഹിത്യത്തിന്റെ പുനർദർശനത്തിന് സാഹിത്യവിദ്യാദിസിദ്ധാന്തങ്ങൾ എത്രത്തോളം ആത്മബന്ധനമായോ, അതിലധികം നൂതനസാഹിത്യത്തിന്റെ ആസ്വാദനത്തിന് മാരാർക്കതു തടസ്സമായി നിന്നു. മലയാളത്തിലെ ഉത്തമകവിതകളായ 'എലി'കളും 'സ്വർണ്ണമത്സ്യ'ങ്ങളും ക്ഷുദ്രങ്ങളയിത്തോന്നിയത് മറ്റൊന്നുകൊണ്ടുമാവാൻ വയ്യ. സാഹിത്യം ഋഷിമാരോ ഋഷികല്പരോ ഓലയിൽ സൃഷ്ടിക്കുന്നത് മാത്രമല്ലെന്നും ലോകത്തിന്റെ അതിസൂക്ഷ്മസംവേദനകൾക്കിരയായിത്തീരുന്നവരും അതുകൊണ്ട് ക്രൂരമാനസപീഡകൾ സഹിക്കേണ്ടിവരുന്നവരുമായവർ കടലാസിലെഴുതുന്നതു കൂടിയാണെന്നും മറന്നുകൂടാത്തതാണ്. തന്നെത്താൻ തേഞ്ഞുപോകാതെ ഓലയിൽ വരകൾ നിർമ്മിച്ചു വിരമിക്കുന്ന എഴുത്താണിസാഹിത്യവും എഴുതുമ്പോൾ സ്വയം അലിഞ്ഞില്ലാതാകുന്ന പെൻസിലിന്റെ സാഹിത്യവും തമ്മിൽ മൗലികമായ അന്തരമുണ്ട്. വികാരതീവ്രതകൊണ്ട് തങ്ങളെത്തന്നെ കലയാക്കിമാറ്റിയ കീറ്റ്സ്, റിംബോ, അപ്പോളിനെയർ, ഇടപ്പള്ളി, ചങ്ങമ്പുഴ, രാജലക്ഷ്മി തുടങ്ങിയവർ ഋഷികളല്ലെങ്കിലും കവികളാണെന്നു തോന്നുന്നു.

നിരൂപകന്റെ ധർമ്മസങ്കടം

സാഹിത്യം ആശയപ്രധാനവും ഉപദേശാത്മകവുമായ വിദ്യയാണെന്നു പറഞ്ഞുറപ്പിച്ചുപോന്ന മാരാർക്ക് ഇതുതന്നെ മറ്റൊരു ഭാഷയിൽ ഊന്നിപ്പറഞ്ഞു കൊണ്ടുവന്ന പുരോഗമനസാഹിത്യത്തോട് പൊരുത്തപ്പെടുവാൻ കഴിയാതെവന്നു. ഉള്ളവനും ഇല്ലാത്തവനും തമ്മിൽ തീരാപ്പക വളർത്തുകയും പത്തുറപ്പികയുള്ളവന്റെ നേരെ ഒരുറപ്പികയുള്ളവനെ ഇളക്കിവിടുകയും ആണ് സാഹിത്യധർമ്മമെന്നു വാദിച്ചവരോട് രാജിയാകുവാൻ അദ്ദേഹത്തിനു കഴിഞ്ഞില്ല. ഇന്നത്തെ ദാരിദ്ര്യാദിദുഃഖങ്ങളും സദാചാരരാഹിത്യങ്ങളും മിക്കവാറും മനുഷ്യനിർമ്മിതമാണെന്നും അവ മാറ്റാവുന്നവയാണെന്നും തന്റെ ജീവിതധർമ്മമായ സ്നേഹം കൈവശമുള്ളവർ ഇവ മാറ്റുവാനുള്ള ശ്രമത്തിൽ പങ്കുചേരണ്ടതാണെന്നും മാരാർക്കെന്തുകൊണ്ട് തോന്നാതെപോയി? മനുഷ്യദുഃഖങ്ങളുടെ സാമൂഹ്യമായ ഉറവുകളിൽ ശ്രദ്ധിക്കാതെ ഇരുന്നതുകൊണ്ട് അവയെ നിരോധിക്കുവാനല്ല സഹ്യമാക്കിത്തീർക്കുവാനാണ് സാഹിത്യകാരൻ പരിശ്രമിക്കേണ്ടതെന്ന് അദ്ദേഹം കരുതി. ഈ പോക്ക് കല കലയ്ക്കു വേണ്ടി എന്ന വാദത്തിലാണ് തന്നെ കൊണ്ടുചെന്നെത്തിക്കുന്നതെന്ന് അറിയാൻ വേണ്ട സൂക്ഷ്മബുദ്ധിയുള്ളതുകൊണ്ട് ഈ രണ്ടു വാദകോടികളെയും സമന്വയിച്ച് തന്റെ ധർമ്മസങ്കടത്തിൽ നിന്നു രക്ഷനേടുവാനദ്ദേഹം ശ്രമിച്ചു. 'കന്നിക്കൊയ്ത്തി'ന്റെ അവതാരികയിൽ

ഈ പിടച്ചിലിന്റെ ശബ്ദമാണുള്ളത്. "കല തിന്നാനോ കുടിക്കാനോ നേരിട്ടുതകുന്നതല്ല," എന്നാരംഭിക്കുന്ന ആ വാദം തിന്നാനും കുടിക്കാനും വേണ്ടി മാത്രമുള്ളതാണ് വിപ്ലവം എന്ന തെറ്റായ ധാരണയിൽ നിന്നു തുടങ്ങുന്നു. ഓരോരുത്തനും അവന്റെ പ്രതിഭയ്ക്കൊത്തു വളരുവാൻ കഴിയുംവിധം സമുദായത്തെ അഴിച്ചുപണിയുകയാണ് വിപ്ലവലക്ഷ്യം. മനുഷ്യരെ, പിച്ചകൊടുത്ത് ഇരപ്പാളികളാക്കുന്നതിനേക്കാൾ മികച്ച ധർമ്മം മനുഷ്യസാമാന്യത്തെ അതിന്റെ ചങ്ങലക്കെട്ടുകളിൽ നിന്നു മോചിപ്പിക്കുവാൻ ശ്രമിക്കുകയാണല്ലോ.

അക്കാദമിക് നിരൂപണം

തന്റെ ശക്തിയുടെയും പ്രശസ്തിയുടെയും മധ്യത്തിൽ നിന്നു പെട്ടെന്നു മറഞ്ഞുപോയ എം.പി.പോൾ പിന്നീട് എല്ലാവരാലും ആരാധ്യനായി ത്തീരുകയാണുണ്ടായത്. ഇതിനൊരു കാരണം മലയാളത്തിലെ സിദ്ധാന്തബദ്ധനല്ലാത്ത നിരൂപകൻ പോളായിരുന്നു എന്നതാണ്. അപ്പൻതമ്പുരാന്റെ തലയ്ക്കു കിഴുക്കുകവഴി അദ്ദേഹം ആദ്യംതന്നെ യാഥാ സ്ഥിതികരുടെ പ്രമാണിത്തത്തിനു ക്ഷതമേല്പിക്കുകയും നോവലിനെ നോവലിന്റെ നിയമങ്ങൾക്കനുസരിച്ചു വിലയിരുത്തേണ്ടതാണ് എന്ന് തെളിയിക്കുകയും ചെയ്തു.

'ഠോ നാറാണാ' എന്ന നമ്പൂരിഭാഷയോക്കാൾ ഒട്ടും മോശമല്ല ഭാഷാസാഹിത്യത്തിലെ അവർണ്ണഭാഷ എന്നും മിക്കപ്പോഴും മെച്ചമാണ് എന്നും സ്ഥാപിച്ച പോളിന് ജീവൽഭാഷയുടെ മർമ്മവും നോവലിന്റെ ധർമ്മവും അറിയാമായിരുന്നു എന്നതിനു സംശയമില്ല. 'തിരണ്ടുക ല്യാണം സാഹിത്യവിഷയമാകാം; പക്ഷേ മാർക്കകല്യാണം സാഹി ത്യത്തിന്റെ ആഭിജാത്യത്തിനു ചേർന്നതല്ല', എന്നു വിചാരിക്കുന്നവരെ കളിയാക്കുക വഴി നമ്മുടെ മതബോധത്തിന്റെയും സാഹിത്യബോധ ത്തിന്റെയും സങ്കുചിതത്ത്വത്തെ യഥാസമയം തിരുത്തുവാനും പോളിനു കഴിഞ്ഞിട്ടുണ്ട്.

പുരോഗമനപരവും ഏറെക്കുറെ ദീർഘദർശകവും ആയ ഇത്തരം ഉൾക്കാഴ്ചകളൊഴിച്ചാൽ പോളിൽ കാണാവുന്നത് ഇംഗ്ലീഷ് സാഹി ത്യത്തിൽ അവഗാഹം നേടിയ ഒരു സഹൃദയന്റെ അക്കാദമിക്ക് നിരൂ പണമാണ്. നോവൽ സാഹിത്യവും ഖണ്ഡകഥാപ്രസ്ഥാനവും വഴി അദ്ദേഹം അംഗീകൃതമായ ടെക്സ്റ്റ് ബുക്ക് നിരൂപണരീതി മലയാളത്തി ലവതരിപ്പിച്ചു. അധ്യാപകരെയും വിദ്യാർത്ഥികളെയും ഏറെ സ്വാധീനിച്ച ഈ ഗ്രന്ഥങ്ങൾ നമ്മുടെ നിരൂപണത്തെയോ നിർമ്മാണത്തെയോ മൗലികമായി വളർത്തിയിട്ടുണ്ടോ എന്നു സംശയമാണ്. പോളിന്റെ

പഞ്ചഘടകങ്ങളും പരിണാമഗുപ്തിയും പ്രചരിച്ചുകൊണ്ടിരിക്കെത്തന്നെ അവ കാലഹരണപ്പെട്ടു തുടങ്ങി. വിപ്ലവകരങ്ങളായ ഫ്രഞ്ച് റഷ്യൻ കഥാസാഹിത്യങ്ങളെക്കാൾ യാഥാസ്ഥിതികമായ ഇംഗ്ലീഷ് കഥാ സാഹിത്യത്തെ അവലംബമാക്കിയതാകുന്നു ഇതിനൊരു കാരണം. അതുകൊണ്ട് നവീന നോവലുകളെ അളക്കുവാൻ പോളിന്റെ ജ്യോമ ട്രിക്ക് മാനദണ്ഡ ങ്ങൾക്കു കഴിയാതെവന്നു. നോവൽ സാഹിത്യത്തി ന്റെ അനുബന്ധമായിച്ചേർത്ത 'ഗദ്യകഥാസാഹിത്യം' പോൾ ഒടുവിൽ എത്തിനിന്ന അസൂയാവഹമല്ലാത്ത നിലയെ ഉദാഹരിക്കുന്നുണ്ട്. ഫോഴ്സറ്ററുടെ പാസ്സേജ് ടു ഇന്ത്യയെ കണക്കിനു വിമർശിച്ചശേഷം പോൾ എഴുതുന്നു: "ഇങ്ങനെയുള്ള കഥയില്ലാക്കഥകൾ എഴുതുവാൻ നമ്മുടെ എഴുത്തുകാർക്ക് തോന്നാതിരിക്കട്ടെ." എഴുത്തുകാർക്ക് എന്തു തോന്നിയാലും വായനക്കാർക്ക് അതുകൂടിയേ കഴിയൂ. സാമാന്യവായ നക്കാരുടെ സ്വഭാവമായ ഈർഷ്യയെ അതിജീവിക്കുവാൻ പോളിന് കഴിഞ്ഞില്ല എന്നത് അദ്ദേഹത്തിന്റെ വലിയൊരു പരിമിതിയായേ കാണുവാൻ കഴിയൂ. തന്റെ വീക്ഷണം ഏറെക്കുറെ പത്തൊമ്പതാം ശതകത്തിലെ ഇംഗ്ലീഷുനോവലിൽ നിൽക്കുന്നു. നമ്മുടെ ചെറുകഥയും നോവലും കഴിഞ്ഞ പതിറ്റാണ്ടുകൊണ്ട് ചെയ്യുതാകട്ടെ അതിവേഗം ഈ വീക്ഷണത്തെ അതിജീവിച്ചു വളരുക എന്നതായിരുന്നുതാനും. പോളിന്റെ പരാജയമെന്നതിനെക്കാൾ യുവപ്രതിഭയുടെ വിജയത്തെ യാണിതു കുറിക്കുന്നത്.

ലക്ഷണഗ്രന്ഥങ്ങൾ

പോളിന്റെ നിരൂപണത്തിലെ സാമാന്യമായ ഉദാരതയും അസാ മാന്യമായ ധീരതയും ഒഴിച്ചുനിർത്തിയാൽ, അത് നമ്മുടെ ആസ്വാദന ത്തെ വളരെയൊന്നും മുന്നോട്ടു കൊണ്ടുപോയിട്ടുണ്ടെന്നു പറയുകവയ്യ. വർത്തമാനകാലത്തെ ശരിക്കു കാണുവാൻ കഴിഞ്ഞതാണ് പോളിന്റെ വലിയൊരു നേട്ടം. വിശ്വാസ്യതയാണ് വിദൂരവീക്ഷണമല്ല അദ്ദേഹത്തി ന്റെ സിദ്ധി. നവീനതയുടെ അംഗരക്ഷകനാകാനാണ്, മാർഗ്ഗദർശകനാ കാനല്ല പോൾ വിധിക്കപ്പെട്ടിരുന്നത്.

വാസ്തവത്തിൽ പോളിന്റെ ലക്ഷണഗ്രന്ഥങ്ങൾക്കു മുമ്പുതന്നെ നമ്മുടെ ഭാവികഥാസാഹിത്യത്തെപ്പോലും ഉൾക്കൊള്ളത്തക്ക നിരൂപണത്തിന്റെ കരുത്തുറ്റ അടിത്തറ ഇവിടെ വന്നുകഴിഞ്ഞിരുന്നു. നവീനതയുടെ സ്രോതസ്സുകളുമായി പോളിനു വാർത്താവിനിമയം ഇല്ലാ തിരുന്നതുകൊണ്ട് അന്നത്തെ മറ്റിംഗ്ലീഷു പ്രൊഫസർമാരെപ്പോലെ അദ്ദേഹവും ഇംഗ്ലീഷുസാഹിത്യത്തെ പാശ്ചാത്യസാഹിത്യമായി അംഗീ കരിച്ചുപോന്നതാണിതിനു ഒരു കാരണം. മനുഷ്യവിജ്ഞാനത്തിന്റെ

നൂതനചക്രവാളത്തെക്കുറിച്ചും പോളിനുണ്ടായിരുന്ന ജ്ഞാനം അപര്യാപ്തമായിരുന്നു എന്നതിനു 'ഗദ്യകഥാസാഹിത്യ'ത്തിലെ പരാമർശങ്ങൾ തന്നെ തെളിവാകുന്നു. തന്റെ കരുത്ത്, വിശദമായ, നിരന്തര സാഹിത്യാസ്വാദനത്തിൽ നിന്നാർജ്ജിക്കുവാൻ കഴിഞ്ഞ ശിക്ഷിതമായ അഭിരുചി തന്നെ. പോളിന്റെ ഉൾക്കാഴ്ചയും സാഹിത്യചരിത്രബോധവും ശരാശരിയെക്കാൾ വളരെ ഉയർന്നതായിരുന്നു എന്നു കരുതുവാൻ വയ്യ. എങ്കിലും ചുറ്റുമുള്ള വിരുതന്മാർ വളർത്തിയെടുത്ത സുശിക്ഷിതമായ ആന്ധ്യബാധിര്യങ്ങളും ശബ്ദാടോപങ്ങളും ആ തെളിഞ്ഞ മനസ്സിനെ മറയ്ക്കുകയുണ്ടായില്ല. അതുകൊണ്ട് പുതിയ സാഹിത്യത്തിനു മാർഗ്ഗദർശനം ചെയ്തില്ലെങ്കിലും പോളിന്റെ നിരൂപണം അകലുഷമായ ഒരു അക്കാദമിക് ആസ്വാദനരീതി സ്ഥാപിച്ചു.

മാറ്റൊലി നിരൂപണം

പോളും താനുമായിരുന്നു ഇടക്കാലത്തെ രണ്ടുപകടകാരികൾ എന്ന് മുണ്ടശ്ശേരിതന്നെ ഒരിക്കൽ പറഞ്ഞുവെച്ചിട്ടുണ്ട്. ആത്മകഥാസഹജമായ അതിശയോക്തി ഒഴിച്ചുനിർത്തിയാൽ ഇതിൽ അല്പം വാസ്തവമുണ്ടെന്നും സമ്മതിച്ചേ തീരൂ. പോൾ ഗദ്യത്തിൽ ചെയ്തതെന്തോ അതു പദ്യത്തിൽ ചെയ്തതാണ് മുണ്ടശ്ശേരിയുടെ മാറ്റൊലി നിരൂപണത്തിന്റെ നേട്ടം. അതിലെ കാലുഷ്യങ്ങൾ നീക്കിയാൽ അപഗ്രഥനം, താരതമ്യം, മൂലകഥയിൽനിന്നുള്ള വ്യതിയാനം, പാത്രനിരൂപണം, ശില്പസംവിധാനം എന്നീ രീതികളിൽ അത് അധ്യാപകോചിതവും മാന്യവും ആയ യാഥാസ്ഥിതിക പാശ്ചാത്യനിരൂപണം ഇവിടെ നടപ്പാക്കി. അടുത്ത ഇംഗ്ലീഷ് ക്ലാസ്സിലെ രീതി മലയാളം വകുപ്പിലേക്കും പകർത്തി എന്നുപറയുന്നത് ഈ പദ്ധതിയുടെ നേട്ടത്തെ തരംതാഴ്ത്തിക്കാണിക്കലാകും. എങ്കിലും ഈ രീതിയിൽ വിപ്ലവാത്മകമായി ഒന്നുംതന്നെയുണ്ടായിരുന്നില്ല. സാഹിത്യപഞ്ചാനനൻ ഉപയോഗിച്ചുപോന്ന ഹഡ്സന്റെ മഹാഗ്രന്ഥത്തിനപ്പുറത്ത് ഈ നിരൂപണത്തിനെത്തിനോക്കാനും കഴിഞ്ഞിട്ടില്ല.

വിപ്ലവഭേരി

ഒരു കൃതിയുടെയോ കവിയുടെയോ അന്തരാത്മാവിനെ കണ്ടെത്തുവാൻ സഹായിക്കുന്ന സഹജമായ ഉൾക്കാഴ്ചയാണ് മുണ്ടശ്ശേരിയിൽ ഇല്ലായിരുന്നത്. സിംഹാവലോകനത്തിനുമാത്രം പറ്റിയ ആ കണ്ണുകൾക്ക് കാലത്തിന്നപ്പുറത്തേക്കോ ഹൃദയത്തിന്റെ കയങ്ങളിലേക്കോ കാണുവാൻ കഴിഞ്ഞിട്ടേയില്ല. അതുകൊണ്ട് ഉള്ളൂരിന്റെ കവിത്വം, കാളിദാസന്റെ മഹത്വം, ഗദ്യത്തിന്റെ ഭാവി, പദ്യത്തിന്റെ നാശം, കവിയുടെ കാലദാസത്വം, നാടകാന്തം കവിത്വം, നവീന കവിതയുടെ വിജാതീയത്വം തുടങ്ങിയ കണ്ടുപിടുത്തങ്ങളെല്ലാം തനിക്കു രണ്ടാം കയ്യായി

വന്നുചേർന്നവയായിത്തീർന്നു. ആശാനെയും ചങ്ങമ്പുഴയെയും താൻ വൈകിക്കണ്ടെത്തുകയും,കണ്ടെത്തിയപ്പോഴാകട്ടെ, ഉപരിപ്ലവമായി മാത്രം കാണുകയും ചെയ്തു. ഈവിയുടെ കഴുകക്കണ്ണുകൾ കണ്ടെത്തിയ ചങ്ങമ്പുഴയുടെ മഹത്വത്തിലൊരംശം മാത്രമേ നേരംപോയ വേളയിൽ മുണ്ടശ്ശേരിക്കു കാണുവാൻ കഴിഞ്ഞുള്ളൂ. എങ്കിലും മുണ്ടശ്ശേരി ഏറെക്കുറെ നിരൂപണത്തിൽ വിജയിച്ചത് നവീനതയുടെ ദ്രഷ്ടാവോ ഉപജ്ഞാതാവോ ആയതുകൊണ്ടല്ല; കാഹളവാദകനായതുകൊണ്ടാണ്. 1930-കളിൽ കേരളത്തിലാദ്യമായി മുഴങ്ങിക്കേട്ട വിപ്ലവകരങ്ങളായ നൂതനാശയങ്ങളുടെ മാറ്റൊലിയല്ലാതെ മറ്റൊന്നും തന്റെ വിശുദ്ധനിമിഷങ്ങളിൽ പോലും മുണ്ടശ്ശേരി അവതരിപ്പിച്ചിട്ടില്ല. 1960-കാലത്ത് ശങ്കരക്കുറുപ്പ് കവിയല്ലെന്നു തെളിയിക്കുവാൻ താൻ കെട്ടിയെഴുന്നള്ളിച്ച പാശ്ചാത്യമഹാനിരൂപകനായ എഡ്മണ്ട് വിത്സനും ലൂക്കാക്സും അവിടെ വളർത്തിയ മനഃശാസ്ത്ര സാമൂഹ്യനിരൂപണ മേഖലയിലേക്ക് ഒരു കൈത്തിരി കാണിക്കുവാൻ പോലും മുണ്ടശ്ശേരിക്ക് കഴിഞ്ഞതുമില്ല. അതുകൊണ്ട് *കാവ്യപീഠിക* മുതൽ *നാടകാന്തം കവിത്വം* വരെയുള്ള ഗ്രന്ഥങ്ങൾക്ക് ഒരു സ്ഥാപ്പകടയുടെ പ്രതീതിയാണുണ്ടായിത്തീരുന്നത്. തന്റെ മൗലികമായ നിരൂപണരീതിയാകട്ടെ, അധ്യാപകന്റെ വ്യാപാരമുദ്രയോടുകൂടിയത് 'മധുരദർശനമായ തോളി'ന്റെ ഖണ്ഡനത്തിലും മറ്റും നിഴലിച്ചുകാണാവുന്നതുമാണ്. തനിക്കു തിരുത്തുവാനുള്ള നോട്ടുബുക്കുകളാണ് മഹാകവികളെഴുതുന്നത് എന്ന സ്കൂൾ മാസ്റ്റർ കോംപ്ലക്സാണ് ഈ മനോഭാവത്തിനടിസ്ഥാനം.

ഏതാണ്ട് സമദൂരമായ മൂന്നു സന്ദർഭങ്ങളിൽ മുണ്ടശ്ശേരി സിദ്ധാന്തഗ്രന്ഥങ്ങളെഴുതിയിട്ടുണ്ട്. *കാവ്യപീഠിക*യും *രൂപഭദ്രത*യും *നാടകാന്തം കവിത്വ*വും. ഇവയിലാദ്യത്തേതിൽ മാരാരുടെ *സാഹിത്യഭൂഷണ*ത്തിലെന്നപോലെ, നിരൂപണത്തിലെ പൂർവരീതികളോട് മല്ലിട്ട് തന്റെ നിലയുറപ്പിക്കാനുള്ള യത്നമാണുള്ളത്. *കാവ്യപീഠിക*യിലെ പൗരസ്ത്യ പാശ്ചാത്യ നിരൂപണ സമന്വയം എത്രമാത്രം അബദ്ധമായാലും ആ വകുപ്പിൽപ്പെട്ട മലയാളത്തിലെ ആദ്യത്തെ മികച്ച അബദ്ധം അതുതന്നെയായിരുന്നു.

പുരോഗമനപ്രസ്ഥാനത്തിന്റെ കാലത്ത് മുണ്ടശ്ശേരിക്കുണ്ടായ അങ്കലാപ്പ് വെള്ളയടിച്ചു കാണിക്കുകയായിരുന്നു *രൂപഭദ്രത*യുടെ ലക്ഷ്യം. താനൊരു ഫോർമലിസ്റ്റാണെന്ന് പേരു കേൾക്കുവാൻ അദ്ദേഹത്തിനിഷ്ടമായിരുന്നില്ല. സ്വയം നിഷേധിക്കേണ്ട ഒരവസ്ഥ വന്നുചേർന്നതിലുള്ള ഉൽകണ്ഠ, മഹാന്മാരിൽ ഒരു ശീലമായിത്തീരുന്ന സർവജ്ഞംമന്യത, പുരോഗമനസാഹിത്യത്തിന്റെ യഥാർത്ഥവും

അഗാധവുമായ അർത്ഥങ്ങളെക്കുറിച്ചുണ്ടായിരുന്ന സാമാന്യമായ അജ്ഞത എന്നിവയെല്ലാം മുണ്ടശ്ശേരിയെ പിന്നീട് വ്യാകുലതയിലേക്കു നയിച്ചു എന്നു കരുതണം. ദൃഢവും അനതിദൂരവും ആയ ഒരു സാമൂഹ്യഫലത്തിനുവേണ്ടി നാനാമുഖമായി നടത്തുന്ന യത്നത്തിന്റെ ഭാഗമായിത്തീരണം സാഹിത്യമെങ്കിൽ അതിന്റെ രൂപവും പുതിയതായിരിക്കണമെന്നും പരമ്പരാഗതമായ രൂപങ്ങളിൽനിന്ന് വ്യത്യസ്തവും ലളിതവും ആവർത്തനപ്രവണവും പ്രത്യക്ഷവും രൂക്ഷവും അയിരിക്കേണമെന്നും മുണ്ടശ്ശേരി കണ്ടറിഞ്ഞില്ല.

മുണ്ടശ്ശേരിയുടെ നാടകാന്തം കവിതയുടെ, അതായത് ജി. ശങ്കരക്കുറുപ്പിന്റെ ഭാവിയെക്കുറിച്ച് താൻ പറഞ്ഞതും പറയാനിടയാക്കിയതുമായ കാര്യങ്ങൾ ശാസ്ത്രീയമായിരുന്നു എന്നു വരുത്തിത്തീർക്കുവാനുള്ള ഒരു ക്ലിഷ്ടയത്നമാണ്. ജീവിതവും ജീവിതാഖ്യാനമായ സാഹിത്യവും മൗലികമായി അദ്വൈതാത്മകമല്ലെന്നും നാടകീയവും സംഘട്ടനാത്മകവും ആണെന്നും ഈ ചലനത്തെ മൂർത്തമായി, പ്രത്യക്ഷമായി പുനഃസൃഷ്ടിക്കുകയാണ് അതിന്റെ ധർമ്മമെന്നും ആണ് താൻ ഒടുവിൽ സ്വീകരിച്ചിട്ടുള്ള മാനദണ്ഡം-മറ്റിടങ്ങളിലെന്നപോലെ ഇവിടെയും സാഹിത്യസിദ്ധാന്തവും ഉപയോഗവും തമ്മിൽ ബന്ധമൊന്നുമില്ല എന്നു മാത്രമേയുള്ളൂ.

എൻ.വി യുടെ നിരൂപണം

കവിത കാലത്തിന്റെ ഒരുദ്ഗമമാണെന്ന മില്ല്യ സിദ്ധാന്തമാണ് പഴയ കാലം മുതൽ എൻ.വി. സ്വീകരിച്ചുപോന്നിട്ടുള്ളത്. *പരിപ്രേക്ഷ്യ*ത്തിൽ ഇതിനു സിദ്ധാന്തരൂപം നൽകി എന്നേയുള്ളൂ. തന്റെ കാലവുമായി സംവേദിച്ച ശബ്ദങ്ങളേ കാലത്തിനപ്പുറത്തേക്കു കേട്ടിട്ടുള്ളൂ എന്ന വാക്യത്തിൽ ഈ സിദ്ധാന്തം സംഗ്രഹിക്കപ്പെട്ടിരിക്കുന്നു. പഥികന്റെ പാട്ട്, കുടിയൊഴിക്കൽ, പൂക്കളം, പാതിരാപ്പൂക്കൾ എന്നീ കൃതികൾക്കെഴുതിയ അവതാരികകളിൽ ഈ നിലപാട് നിയതമായി തുടർന്നുപോന്നിരിക്കുന്നു. ഒരു കവിയെ മനസ്സിലാക്കുവാൻ അവന്റെ കാലത്തിന്റെ ആത്മാവിലൂടെ മാത്രമേ കഴിയൂ എന്ന സിദ്ധാന്തവും മലയാളത്തിൽ പുതിയതല്ല. സജീവരാഷ്ട്രീയത്തിൽ ക്രൂപ്പുകുത്തുകയും 'ആഗസ്റ്റുകാറ്റിലൊരില'യും 'ശത്രു'വും 'ആഫ്രിക്ക'യും ഗോദ്സെകവിതകളും എഴുതുകയും ചെയ്ത കവിക്ക് ഈ നിലപാട് സ്വാഭാവികവും അർത്ഥപൂർണ്ണവും തന്നെ. പുരോഗമനസാഹിത്യത്തിന്റെ വെള്ളപ്പൊക്കത്തിൽ മാരാർ, മുണ്ടശ്ശേരി എന്നിവരെപ്പോലെ വാരിയർക്കും ഒരു റിലാപ്സുണ്ടായതായിക്കാണാം. പാവങ്ങളുടെ സാഹിത്യം പാവങ്ങളെപ്പറ്റിയല്ലെന്നും എല്ലുകളുടെ ധർമ്മം എല്ലായിരിക്കുകയാണ്, ആയുധമായിരിക്കുകയല്ലെന്നും വാരിയർ

പറയുകയുണ്ടായി. കാവ്യലോകത്തിൽ 'മദിരാശിയിലൊരു രാത്രി'യും 'പഴയ പാട്ടും' 'ബുദ്ധചരിതം' കഥകളിയും ഇമേജിസ്റ്റുകാവ്യവും അദ്ദേഹം എഴുതുകയുണ്ടായി. കോൾറിജിനെയും എലിയട്ടിനെയും പൗണ്ടിനെയും വാരിയർ അനുസരിച്ചിട്ടുണ്ട്. സാഹിത്യത്തെക്കുറിച്ച് മാരാർക്കെന്ന പോലെ വാരിയർക്കും ഒന്നിലികം ഉറച്ച നിലപാടുകളുണ്ട് എന്ന് അത് സൂചിപ്പിക്കുന്നു. ഒരു വലിയ ജീവിതാർത്ഥത്തിൽ തന്റെ ഭിന്നമുഖ ങ്ങളെ സംയോജിപ്പിക്കുവാൻ കഴിയാഞ്ഞതാകാം ഇതിനു കാരണം. ഏതായാലും ഈ 'ഷിസം' എൻ.വിയിൽ മൗലികമാകുന്നു.

നനുത്ത ഉദാരത

അംഗീകൃതമായ പുതുമയെ കൂടുതൽ പ്രോത്സാഹിപ്പിക്കുകയും സാഹിത്യനിർമ്മാണത്തിനുതകുംവിധം അഭിപ്രായധ്രുവങ്ങളെ സന്തുലിതമാക്കി നിർത്തുകയുമാണ് ഗുപ്തൻനായരുടെ ആദർശമായിത്തീർന്നിട്ടുള്ളത്. ഗൗതമബുദ്ധന്റെ കായതപഃക്ലേശങ്ങൾ സഹിക്കാതെതന്നെ അദ്ദേഹം സൗവർണ്ണമധ്യമാർഗത്തിലെത്തിച്ചേർന്നു.

പാശ്ചാത്യസാഹിത്യപക്ഷപാതത്തിൽ ഗുപ്തൻനായർ പുതിയ തലമുറയോടടുത്തു നിൽക്കുന്നു. മാരാരുടെയും മുണ്ടശ്ശേരിയുടെയും കടുത്ത പക്ഷപാതങ്ങൾക്ക് ശേഷമായതുകൊണ്ട് അദ്ദേഹത്തിന്റെ മിതമായ ഉദാരതയും മധുരമായ ഭാഷയും ഏറെപ്പേരെ ആകർഷിക്കുകയും ചെയ്തു. എങ്കിലും ഏറെ പടിഞ്ഞാറോട്ടോ കിഴക്കോട്ടോ പോകുവാൻ തയ്യാറില്ല എന്നു ശബ്ദങ്ങളുടെ നിരൂപണത്തിലൂടെ ഗുപ്തൻനായർ തെളിയിക്കുകയുമുണ്ടായി. യുവസാഹിതിയോടുള്ള നിരന്തരമായ പക്ഷപാതമൊഴികെ മറ്റൊന്നും തനിക്കുണ്ടായിരുന്നില്ല. വാദപ്രതിവാദങ്ങളിൽ ഒരു യോഗിയെപ്പോലെ സമത്വം പാലിക്കുവാനും താൻ ശ്രമിച്ചുപോന്നിട്ടുണ്ട്.

സി.ജെയുടെ സിദ്ധി

ഒരർത്ഥത്തിൽ ഗുപ്തൻ നായർക്ക് വിപരീതമായ വ്യക്തിവിശേഷണങ്ങളാണ് പരേതനായ സി.ജെ.തോമസിലുണ്ടായിരുന്നത്. പരിഭ്രാമകമായ ആ മനസ്സിൽ ആശയങ്ങൾ വന്നിരിക്കുമ്പോഴേക്കും പറന്നകന്നുകൊണ്ടേയിരുന്നു എന്നുതോന്നുന്നു. മിതമായ അഭിപ്രായങ്ങൾപോലും അമിതമായ രീതിയിൽ പറഞ്ഞെത്തിക്കുന്ന അംശത്തിൽ സി.ജെയ്ക്ക് മാരാരുമായി സാദൃശ്യമുണ്ട്. മറ്റാരും ഇതു മനസ്സിലാക്കിയിരുന്നുവെന്ന് സി.ജെയെക്കുറിച്ച് അദ്ദേഹം എഴുതിയ പ്രബന്ധത്തിൽ നിന്നറിയാം. സമുദായവുമായി പൊരുത്തപ്പെടുവാൻ കഴിയാത്ത മനസ്സ് കൈവശം വച്ചുകൊണ്ടിരിക്കുക എത്ര വലിയ സാഹസവും വേദനയും ക്ഷോഭവുമാണെന്ന് ചങ്ങമ്പുഴയുടെതെന്നപോലെ സി.ജെയുടെ ജീവിതവും

തെളിയിക്കുന്നു. സാഹിത്യം ഏകരൂപമോ ഏകമുഖമോ അല്ലെന്നും അതിന്റെ ആസ്വാദനത്തിനു കലവറ കൂടാത്ത സുശിക്ഷിതമായ മനസ്സാവശ്യമാണ് എന്നും വാര്യരുടെ കവിതകൾക്ക് എഴുതിയ അവതാരികകളിൽക്കൂടി സി.ജെ തെളിയിക്കുകയുണ്ടായി. 'എലി'കളുടെ നിരൂപണത്തിലെന്നപോലെ. ഒരു മിന്നൽപിണരുകൊണ്ട് ആകാശത്തെ തിളക്കിക്കാണിക്കുന്ന അപൂർവസഹജസിദ്ധിയാണ് സി.ജെ യുടെ സർവസ്വം.

എസ്റ്റാബ്ലിഷ്മെന്റ്

അക്കാദമിക് നിരൂപണത്തിന്റെ മുൻവെളിച്ചം കഴിഞ്ഞ തലമുറയിൽ ത്തന്നെ കണ്ടുകഴിഞ്ഞിരുന്നു എങ്കിലും പുരോഗമനസാഹിത്യപ്രസ്ഥാനത്തിന്റെ ചോദ്യശരങ്ങൾക്ക് മുമ്പിൽ അത് മൂല്യചർച്ചയ്ക്ക് വഴിമാറിക്കൊടുക്കുകയാണുണ്ടായത്. യഥാർത്ഥവും വിപുലവുമായ അക്കാദമിക് നിരൂപണത്തിന്റെ തുടക്കം ഇന്നത്തെ യുവനിരൂപകരിൽ നിന്നാണ്. ഇവരെ എം.എക്കാരനായ ഒരു പ്രൊഫസർ എം.എക്കാരായ അധ്യാപകരെന്നു വിളിച്ചു ബഹുമാനിച്ചു. പക്ഷേ, ഇവർ രംഗത്തു വരുമ്പോഴേക്കും നമ്മുടെ വിപ്ലവാംശങ്ങളിലെല്ലാം വിപ്ലവകാരികൾ തന്നെ വെള്ളംചേർത്തു കഴിഞ്ഞിരുന്നു. കവിത്വം ജീവിതമാണെന്നു പറഞ്ഞുനടന്നവർ കവിത്വം നാടകമാണ് എന്ന ഒത്തുതീർപ്പിലെത്തി. വിപ്ലവകാരികളുടെ 'ഉട്ടോപ്പിയ' കോടമ്പാക്കത്തേക്കു നീക്കം ചെയ്യപ്പെട്ടു. വിപുലമായി വളർന്നുവന്ന റേഡിയോ, സർവകലാശാലകൾ, അക്കാദമികൾ, ഇൻസ്റ്റിറ്റ്യൂട്ടുകൾ, സമ്മാനങ്ങൾ തുടങ്ങി സുഖദവിശ്രമസങ്കേതങ്ങളിൽ ഇടം കിട്ടാത്ത പ്രശസ്തർ ആരുമില്ലെന്നായി. ഏതാനും വർഷങ്ങൾക്കകം നമ്മുടെ ഉൽപതിഷ്ണുത്വം ഏറെക്കുറെ വന്ധ്യംകൃതമായി. എളിയ മോഹങ്ങളേ നമുക്കുണ്ടായിരുന്നുള്ളൂ എന്നു വളരെ വേഗം തെളിയിക്കപ്പെട്ടു. എസ്റ്റാബ്ലിഷ്മെന്റിന്റെ സ്വർണ്ണമത്സ്യമായിത്തീരുക എന്നതായിത്തീർന്നു കലാകാരന്റെ ഭൗതികലക്ഷ്യം.

ഒരു നീരാളിയെപ്പോലെ സർവഗ്രാഹകമായ ഈ മാന്യതയുടെ മർദ്ദം, സർഗാത്മകസാഹിത്യത്തെപ്പോലെ നിരൂപണസാഹിത്യത്തെ ദൂഷിപ്പിച്ചിട്ടില്ല. വലിയ ഗ്രന്ഥശേഖരം, വർധിച്ച ഒഴിവുസമയം, തൊഴിലിൽ ഒരു തൂവൽ കൂടി ചേർക്കണമെന്ന മോഹം, ഹോബിക്കു തോഴിലിനോടുള്ള ബന്ധം എന്നിവ നിരൂപണത്തിന്റെ സൗകര്യങ്ങൾ കൂടിയാണ്. സർവകലാശാലകൾ അറിവിന് വ്യവസ്ഥകളും വ്യാപകത്വവും നൽകി വിജ്ഞാനത്തെ ക്രോഡീകരിക്കുകയെങ്കിലും ചെയ്തു. എം.അച്യുതന്റെ *പാശ്ചാത്യസാഹിത്യദർശനം* ഇതുവഴി നമുക്കു ലഭിച്ചിട്ടുള്ള ഏറ്റവും വലിയ സംഭാവനയാണ്. നിരൂപണം

ഒരു ക്ഷുദ്രശാസ്ത്രമാക്കിക്കൊണ്ടുനടന്നിരുന്ന പലർക്കും അത് ബുദ്ധി മുട്ടുളവാക്കിയിട്ടുണ്ട്. നിരൂപണത്തിന്റെ ചരിത്രത്തിൽനിന്നറിയുവാൻ കഴിയുന്ന ഒരു വലിയ തത്ത്വം നിരൂപണത്തിൽ ഇരുമ്പുലക്കകൾ ഇല്ല എന്നതാണ്. ഇത്തരം യത്നങ്ങളുടെ ഫലമായി ഹഡ്സനെയും ആർണോൾഡിനെയും ഉദ്ധരിച്ചിരുന്നവർ കമ്പു മാറ്റിപ്പിടിക്കുകയും *ടി.എൽ.എസി*നെ ഉദ്ധരിക്കുവാൻ തുടങ്ങുകയും ചെയ്തു. ഇത്രയും ബൃഹത്തായ ഒരു പൗരസ്ത്യസാഹിത്യശാസ്ത്രവും കൂടി വന്നുകഴിഞ്ഞാൽ കാവ്യത്തിന്റെ ആത്മാവ് അതുമിതുമാണ് എന്നുപറയുന്ന ഔദ്യോഗിക നസ്യങ്ങളിൽ നിന്ന് നമുക്കേറെക്കുറെ രക്ഷപ്പെടുവാൻ കഴിയും. മികച്ച സംസ്കൃതനിരൂപണങ്ങളുടെ ലഘുഭാഷാവ്യാഖ്യാനങ്ങളും കൂടിയാൽ ഫോർമലിസ്റ്റ് നിരൂപണത്തിന്റെ ആസന്നമായ ക്ഷുദ്രദശയിൽ നമ്മുടെ ഉളിപ്പെട്ടി കൂടുതൽ പൂർണ്ണമായിത്തീരും.

യുവനിരൂപണം

നമ്മുടെ യുവനിരൂപണം ഇന്നെവിടെ എത്തിനിൽക്കുന്നു? അതു താരതമ്യേന ദുർബലവും നിഷ്ഫലവും ആയിക്കൊണ്ടിരിക്കുന്നു എന്നതിന് യാതൊരു സംശയവുമില്ല. അവരുടെ കടാക്ഷം എഴുത്തുകാർക്കാവശ്യമി ല്ലാത്തതായിത്തുടങ്ങിയിരിക്കുന്നു. സാഹിത്യം സജീവമായ ഒരു ചർച്ചാ വിഷയമല്ലാതായിത്തീർന്നു എന്നാണിതുകൊണ്ട് മനസ്സിലാക്കേണ്ടത്. വ്യക്തിയുടെയും സമൂഹത്തിന്റെയും ക്ഷോഭങ്ങൾ നേരിട്ടു പ്രക്ഷേപണം ചെയ്യുവാൻ ഇന്ന് എന്നത്തേതിലും സൗകര്യമുണ്ട്.

ഈ തിരക്കിനിടയിലും പിറന്നു വീഴുന്ന കഥാസാഹിത്യത്തിൽ, പോളിന്റേതായ സുശിക്ഷിതാഭിരുചിയും വിശ്വാസ്യതയും എം.ആർ. ചന്ദ്രശേഖരൻ തുടർന്നുപോരുന്നുണ്ട്. ചന്തുമേനോനിൽ നിന്നു പി.കെ. ബാലകൃഷ്ണനാരംഭിച്ച പഠനരീതി മില്യൂ അഥവാ സംസ്കാരസന്ദർഭത്തെ ആസ്പദമാക്കി യുള്ള രീതിയായിത്തുടർന്നുവരുന്നു. സാമൂഹ്യവും ജീവ ശാസ്ത്രപരവുമായ ഈ വീക്ഷണത്തിൽ വാചാലതയും ആവർത്തനവും മാത്രമല്ല, അത്യാവശ്യമല്ലാത്ത ധിക്കാരവും അധികപ്പറ്റുതന്നെയാണ്. ഈ പാട്ടിനാണെങ്കിൽ ഈ പക്കമേളം വളരെ കൂടുതൽ തന്നെ.

കവിത സർവോപരി ഒരു ശില്പമായി കാണുകയും സൗന്ദര്യാസ്വാദന ത്തിന് ജീവിതാർത്ഥ പ്രപഞ്ചനത്തേക്കാൾ പ്രാമാണ്യം നൽകണമെന്നു വാദിക്കുകയും ചെയ്യുന്ന സൗന്ദര്യാത്മകനിരൂപണവും ഇവിടെ വളർന്നു വരുന്നുണ്ട്. കെ.പി.ശങ്കരനും മറ്റു പല യുവവിമർശകരും ഈ അഭിപ്രാ യത്തിലേക്ക് നീങ്ങിക്കൊണ്ടിരിക്കുകയാണ്. ഫോർമലിസ്റ്റ് ഏസ്തറ്റിക് നിരൂപണത്തിനിവിടെ ഭാവിയുണ്ടെന്നാണിതു കാണിക്കുന്നത്.

പാശ്ചാത്യലോകത്ത് ഏറ്റവും പ്രാമണ്യം നേടിക്കഴിഞ്ഞിട്ടുള്ള രീതിയാണിതെന്ന പ്രാബല്യം അവർക്കുണ്ട്.

ഭാവിയുടെ മാതൃക

നവീനവിജ്ഞാനങ്ങളുടെ വെളിച്ചംകൊണ്ട് കവിതയെ സംഭാവനം ചെയ്യുന്ന സംരംഭങ്ങൾക്കു തുടക്കംകുറിച്ചുകഴിഞ്ഞിട്ടുണ്ട്. പാശ്ചാത്യനിരൂപകരിൽ പ്രശസ്തരെല്ലാം ഏതെങ്കിലും ഒന്നോ രണ്ടോ വിജ്ഞാനശാഖയെ ആശ്ലേഷിച്ചവരാണ്-ലൂക്കാക്സ്, വിത്സൻ, റീഡ്, ട്രില്ലിങ്ങ്, ലൂക്കാസ്, റിച്ചാർഡ്സ്, എംപ്സൻ തുടങ്ങിയവരെല്ലാംതന്നെ. ലോകം മാനസികമായി ഒന്നായിത്തീർന്നുകൊണ്ടിരിക്കുന്ന ഈ യുഗത്തിൽ നമ്മുടെ മാർഗ്ഗവും മറ്റൊന്നാകാൻ വഴിയുണ്ടെന്ന് തോന്നുന്നില്ല. എം. ലീലാവതിയുടെ പ്രബന്ധങ്ങളും *കവിതയും ശാസ്ത്രവും* എന്ന ഗ്രന്ഥവും നൂതനതകളിലേക്കുള്ള ആദ്യത്തെ കാൽവെപ്പുകളിൽപ്പെടും. അച്യുതന്റെ കവിതയിലെ ആദിമരൂപങ്ങൾ മോഡ്കിന്റെ ആർക്കിടൈപ്പൽ നിരൂപണമാതൃക മലയാളത്തിലേക്കാവാഹിക്കാനുള്ള പരിശ്രമമാണ്. മനഃശാസ്ത്രത്തെ കഴിവതും ഒഴിച്ചുനിർത്തി നരവംശവിജ്ഞാനീയത്തെയും ആർഷജ്ഞാനത്തേയും ഇണക്കിച്ചേർത്ത് എം.പി. ശങ്കുണ്ണിനായർ നടത്തിയ രണ്ടു പഠനങ്ങൾ (‘*വിശ്വദർശനം*’, ‘കണ്ണീർപ്പാടം’) ഭാവിനിരൂപണത്തിന് മാർഗ്ഗദർശകമാവാതിരിക്കുകയില്ല.

സാഹസികയാത്ര

സാഹിത്യത്തിന്റെ അസംസ്കൃതപദാർത്ഥം മാറിക്കൊണ്ടിരിക്കുന്ന ലോകമാണ് എന്നതുപോലെ സാഹിത്യത്തെ അറിയുവാനും അളക്കുവാനും ഉള്ള ഉപകരണങ്ങൾ വളർന്നുകൊണ്ടിരിക്കുന്ന നൂതന മാനവവിജ്ഞാനമാണ്. ഗ്രീക്ക് ആയുർവേദത്തിൽ നിന്നാണ് അരിസ്റ്റോട്ടിലിന്റെ വിരേചനസിദ്ധാന്തമുണ്ടായത്. സാഹിത്യത്തെ കണ്ടെത്തുവാനുള്ള മാർഗ്ഗം ശരിയാക്കപ്പെട്ട വിജ്ഞാനത്തിന്റെ നാട്ടുവെളിച്ചം അഥവാ കോമൺസെൻസോ ഹൃദയം എന്നുപറയുന്ന ഉപലമോ മാത്രമല്ല. ഒരു കലാസൃഷ്ടിയുടെ സങ്കേതം, കാലം, സമുദായം, സ്രഷ്ടാവ്, ഉപാധി എന്നിവയിൽക്കൂടി മാത്രമേ അതിന്റെ യഥാർത്ഥരൂപം അറിയുവാൻ കഴിയൂ! മനുഷ്യമനസ്സിന്റെ ഉദ്ഗമമാണ് കവിത എന്നതിനേക്കാൾ മാനവശാസ്ത്രങ്ങളായ നരവംശവിജ്ഞാനീയം, മനഃശാസ്ത്രം, ചരിത്രം എന്നിവയും ഭാഷാസിദ്ധാന്തങ്ങളുമാണ് ഇതിനുള്ള ഉപകരണങ്ങൾ. ഉപകരണങ്ങൾ നിർമ്മിക്കാനും ഉപയോഗിക്കാനുമുള്ള കഴിവാണ് മനുഷ്യവർഗ്ഗത്തിന്റെ വളർച്ച. പത്തൊമ്പതാം ശതകത്തിന്റെ അവസാനകാലത്ത് ഹാവ്‌ലോക് എല്ലിസും മലിനോവ്സ്കിയും മറ്റും സമാഹരിച്ച

മനുഷ്യവിജ്ഞാനത്തിലല്പം തേകിയൊഴിച്ച *രതിസാമ്രാജ്യ*ത്തിൽ നിന്ന് *മേഘസന്ദേശ*രഹസ്യം തേടിയ മാരാരുടെ ആദർശം ഇന്നേയ്ക്കനുയോജ്യമാണെന്നു ഞാൻ കരുതുന്നില്ല. അറിവുകളുടെ സ്രോതസ്സിലേക്കുള്ള സാഹസികയാത്രകളാണ് പുതിയ നിരൂപണത്തെ നയിക്കേണ്ടത്. വീണുകിട്ടിയ ആശയങ്ങളുടെ വഞ്ചകങ്ങളായ തിളക്കങ്ങളല്ല. നമ്മുടെ ഇന്നത്തെനിലയിൽ ഈ ആദർശം സാധ്യമായില്ലെന്നുവരാം. സർവോത്തരമായ ഒരു നിരൂപണരീതിയുണ്ടെങ്കിൽ അതു കണ്ടെത്തുവാൻ നമുക്ക് എളുപ്പത്തിൽ കഴിയുമെന്ന് തോന്നുന്നില്ല. ജീവിതമൂല്യങ്ങളെക്കുറിച്ചും കലാമൂല്യങ്ങളെക്കുറിച്ചും ലഭിച്ചിട്ടുള്ള പുതിയ അറിവുകൾ പഴമക്കാരുടെ പല അപഥങ്ങളും അർത്ഥശൂന്യമാണെന്നു സ്ഥാപിച്ചിരിക്കുന്നു. അതുകൊണ്ട് പുതിയ നിരൂപണത്തിന് കടുത്ത വിലക്കുകളും കണിശമായ മാർഗ്ഗനിർദ്ദേശങ്ങളും ഉണ്ടാകുക വയ്യ. തെറ്റുകൾ തിരുത്തുവാനുള്ള അവകാശം തൽക്കാലത്തേക്കെങ്കിലും അവർക്കുണ്ടായിരിക്കണം. പുതിയ തെറ്റുകൾ വന്ധ്യമായ പഴയ ശരിയേക്കാൾ എത്രയോ വിലപ്പെട്ടവയാണ്.

1971

ആധുനിക കവിത

എവിടെ നിന്നാണ് തുടങ്ങേണ്ടത്? 'കുമാരനാശാൻ മുതൽ പേർ തൊട്ടിങ്ങോട്ടുണ്ടായ വ്യക്തമായ പുരോഗതിക്കു ശേഷം' എന്നതു മനോഹരമായ ഒരാരംഭമാണ്. പക്ഷേ, അതു നമ്മുടെ റൊമാന്റിക് കവിതയുടെ കാലമായിരുന്നു; ആധുനിക കവിത അവിടെനിന്ന് ആരംഭിക്കുന്നുവെന്ന് ആധുനിക കവികൾ സമ്മതിക്കുകയില്ല. മഹാകവിത്രയത്തിനു ശേഷം എന്നു പറഞ്ഞാലും ഇഷ്ടപ്പെടാത്ത ആളുകളുണ്ട്. അതുകൊണ്ട് എവിടെനിന്നും തുടങ്ങാതിരിക്കുകയാണ് ഏറ്റവും എളുപ്പമായ വഴിയെന്നു തോന്നുന്നു.

ലോകസാഹിത്യം എന്നു പറയുന്ന പാശ്ചാത്യസാഹിത്യത്തിൽ ആധുനികതയ്ക്കു ചുറ്റും എണ്ണിയെണ്ണിപ്പറയാവുന്ന ചില സങ്കല്പങ്ങളുണ്ട്. പാരമ്പര്യധ്വംസനംതന്നെ അവയിൽ മുഖ്യമായത്. പുതിയ അനുഭവങ്ങൾക്കു പുതിയ കുപ്പികൾതന്നെ വേണം. ഈ പുതിയ അനുഭവം തീക്ഷ്ണവും ചടുലവും അപൗരുഷേയവും മർദ്ദകവും ആണ്. പാരമ്പര്യഭ്രംശവും ആധുനിക ജീവിതസമ്മർദ്ദവും കവികളെ ഏകാകികളാക്കിത്തീർക്കുന്നു. വൻകരയിൽനിന്നു വിട്ട് അലമാലകളിൽ അലയേണ്ടിവരുന്ന വേരില്ലാത്ത ദ്വീപുകൾപോലെ. അവർ ഏകാകികളാണ് എങ്കിലും ഇത്തരം ഏകാകികൾ വളരെയുണ്ട് എന്നതിൽനിന്നു ആധുനികത ഒരു പ്രസ്ഥാനമായിത്തീരുന്നു.

ഈ നൂറ്റാണ്ടിന്റെ തുടക്കത്തിൽ, യുദ്ധപൂർവവർഷങ്ങളിൽ യൂറോപ്പിൽ ആധുനികകല ആരംഭിക്കുന്നു. തകൃതിയായി നടന്ന വ്യവസായവൽക്കരണത്തിന്റെ ഒരു ഫലമാകാം ഇത്. വ്യവസായവൽക്കരണം നഗരങ്ങളെ, ജനങ്ങളെ, സാന്ദ്രീകരിക്കുക മാത്രമല്ല ചെയ്യുന്നത്. അത് നാം കാണുന്ന ഭൂമിയുടെ ചർമ്മത്തെ മുഴുവനും മാറ്റിമറിക്കുന്നു. മാൻഹാറ്റൻ ദ്വീപിനെ ഒരു പച്ചത്തുരുത്തല്ലാതാക്കുന്നു. കോൺസ്റ്റബിളിന്റെ ലാന്റ്സ്കേപ്പിന്

പിന്നിടൊരർത്ഥവുമില്ല. അതിചപലവും വികൃതവും (denatured) ആയ പ്രകൃതി, പ്രകൃതിതന്നെ അല്ലാതായിത്തീരുന്നു. ദൃശ്യപ്രപഞ്ചത്തിനു സംഭവിച്ച ഈ മാറ്റം യൂറോപ്യൻ-അമേരിക്കൻ ചിത്രകലയെ വിപ്ലവാത്മകമാക്കിത്തീർത്തതിനുശേഷം മാത്രമേ, അതുകൊണ്ട്, യൂറോപ്യൻ കവിതയിൽ വിപ്ലവം ഉണ്ടാകുന്നുള്ളൂ.

എങ്കിലും, 1909-ൽ മാരിനെറ്റി തന്റെ ഫ്യൂച്ചറിസ്റ്റ് മാനിഫെസ്റ്റോ പാരീസിൽ പ്രസിദ്ധം ചെയ്യുന്നകാലത്ത്, കേരളത്തിൽ നമ്മുടെ മഹാകവി പ്രശസ്തമായ തന്റെ മഹാകാവ്യത്തിന്റെ കരട്ട തയ്യാറാക്കുകയായിരുന്നു. 1913-ൽ പൗണ്ടിന്റെ ഇമേജിസ്റ്റ് മാനിഫെസ്റ്റോവിന്റെ കാലത്തും ആശാന്റെ ചില ഖണ്ഡകാവ്യങ്ങളല്ലാതെ മലയാളത്തിൽ ഒന്നും സംഭവിച്ചിരുന്നില്ല. യൂറോപ്പിലും ഇംഗ്ലണ്ടിലും റൊമാന്റിസിസത്തിന്റെ അവസാനത്തെ തിരി അണയുമ്പോഴാകുന്നു ഇവിടെ റൊമാന്റിസിസം ആരംഭിക്കുന്നത്. 1950-കളിൽ മോഡേണിസ്റ്റ് കൊടുങ്കാറ്റിന്റെ അലകൾ അലച്ചടങ്ങുമ്പോൾ നമ്മുടെ കവിതയിൽ ഭാവതീവ്രത, സങ്കീർണ്ണത, ഏകാകിത, ഭഗ്നബിംബം, ബോധധാര എന്നീ പദങ്ങൾ പ്രചരിച്ചുതുടങ്ങുകയും ചെയ്യുന്നു.

നമ്മുടെ കവികൾക്കു സ്വദേശി (indigenous) വിപ്ലവം അസാധ്യമാണെന്നും അനുകരണത്തിൽ അവർ വളരെ പതുക്കെയാണന്നോ അല്ല ഞാനിതുകൊണ്ടുദ്ദേശിക്കുന്നത്. ഏറ്റവും പുതിയ ആഫ്രിക്കൻ കവിത വരെ നാം ഉൾക്കൊണ്ടിട്ടുണ്ട്. കവിത ഒരു സജീവ സമുദായത്തിന്റെ ഉദ്ഗമമായതുകൊണ്ട് നമ്മുടെ സമുദായത്തിന്റെയും ദേശത്തിന്റെയും ചരിത്രസന്ദർഭം ആണ് അതിന് രൂപം നൽകുക. നാഗരികതയുടെ രഥചക്രങ്ങൾ പടിഞ്ഞാറുനിന്ന് ഉരുണ്ടെത്തുവാൻ നമ്മെ സംബന്ധിച്ചിടത്തോളം ഒരു നൂറ്റാണ്ടെങ്കിലും എടുക്കുന്നു. ഒന്നാം ലോകമഹായുദ്ധകാലത്തു നാം രണ്ടു നൂറ്റാണ്ടെങ്കിലും പിന്നിലായിരുന്നു. വ്യാവസായികവിപ്ലവത്തിന്റെ ഫലമായുണ്ടായ റൊമാന്റിക് കവിത വൈകി അനുകരിക്കപ്പെട്ടുമ്പോഴും വ്യവസായയുഗം ഇവിടെ ആരംഭിച്ചിട്ടില്ല. നിരൂപകന്മാർ ഈ വസ്തുത വിസ്മരിക്കാറുണ്ട്.

പക്ഷേ, കവിത സമുദായത്തിന്റെയെന്നപോലെ വ്യക്തിത്വത്തിന്റെയും ഉദ്ഗമമായതുകൊണ്ട് വ്യക്തിയുടെ മാനസചക്രവാളം, ഭാവന, പലപ്പോഴും അത്ഭുതകരമായി നവീനതയെ ആശ്ലേഷിക്കുന്നു എന്നതുകൊണ്ട് നമ്മുടെ കവിതയും പലപ്പോഴും സമുദായത്തെ കവിഞ്ഞുനിൽക്കുന്നു. ശരീരം കൊണ്ടും നമ്മുടെ കവികൾ ജീവിക്കുന്നത് വികാസോന്മുഖമായ ദരിദ്രരാജ്യങ്ങളിലൊന്നിലാണ്. എങ്കിലും അവരുടെ ശിരസ്സ് പാശ്ചാത്യജീവിതസങ്കീർണ്ണതയിലും പാരീസിയൻ ഫാഷനുകളുടെ

അനുക്ഷണപരിണാമങ്ങളിലും ജീവിക്കുന്നു. ഇതു പരിഹാസ്യമെന്നു പറഞ്ഞു തള്ളാമെങ്കിലും അനിവാര്യം കൂടിയാണ് എന്നാണെന്റെ പക്ഷം. തലമുറകളെയും ശതാബ്ദങ്ങളെയും സംബന്ധിച്ച ഈ ആശയ ക്കുഴപ്പം നമ്മുടെ എഴുത്തുകാരെ നേരിടുന്ന അതിപ്രധാനമായ ഒരു വസ്തുതയാകുന്നു. *എൻകൗണ്ടറിൽ* കൂടിയും *ടി.എൽ.എസിൽ* കൂടിയും പേപ്പർബാക്കുകളു കൂടിയും തന്റെ വാതിൽക്കൽ മുട്ടിവിളിച്ചു കൊണ്ടിരി ക്കുന്ന അന്താരാഷ്ട്രീയ കാവ്യശൈലികളെ പിണക്കി അയക്കാതെ ഒരു കവിക്കും ഇന്ന് പൃഥുശരീരിണിയായ തന്റെ സഹധർമ്മിണിയോട് കൂറു ള്ളവനായിരിക്കാൻ കഴിയുകയില്ല. രൂപതലത്തിലെങ്കിലും ഈയൊരു വടംവലി കൂടി നമ്മുടെ കവികൾക്കനുഭവിക്കേണ്ടി വരുന്നു.

കുമാരനാശാനും മറ്റുമുണ്ടായിരുന്ന ഏറ്റവും വലിയ മെച്ചം ഏകാ കിതയിൽ അവർ ഏകാകികളായിരുന്നില്ല എന്നതാണ്. നമ്മുടെ റൊമാന്റിക് കവിയുടെ ഏകാന്തത ദേശീയവും സാമുദായികവുമായ അഭിലാഷങ്ങളുമായി ഇണങ്ങിച്ചേർന്നു സാമൂഹ്യമായിത്തീർന്നു. *വീണപൂവിൽ* നിന്നു *കരുണയി*ലെത്തുമ്പോഴും അനുരാഗത്തിന്റേതുപോ ലുമായ വ്യക്തിസമഷ്ടിസംഘർ ഷങ്ങളെ തനിക്കു തൃപ്തികരമായവിധം ഇണക്കിച്ചേർക്കുവാൻ ആശാനു കഴിഞ്ഞിരുന്നു. 'ഒരു തിയ്യക്കുട്ടിയുടെ വിചാരം' പോലുള്ള കവിതകളിൽപ്പോലും ഒറ്റപ്പെടുക എന്നാൽ പലപ്പോഴും സംഘടിക്കുക എന്നുകൂടിയാണർത്ഥമെന്നും ആശാന്റെ ഭാവനയ്ക്കു കാണുവാൻ കഴിഞ്ഞിരുന്നു. 'ഗ്രാമവൃക്ഷത്തിലെ കുയി'ലിൽ മാത്രമേ ക്രൂരമായ ഏകാന്തതയുടെ, ആത്മീയമായ ഒറ്റപ്പെടലിന്റെ ശബ്ദം നാം കേൾക്കുന്നുള്ളൂ.

ആധുനികഭാവങ്ങളുമായി ബന്ധപ്പെട്ട മറ്റൊരു മുഖ്യപ്രശ്നം-പാര മ്പര്യത്തെയും പരിവർത്തനത്തെയും എങ്ങനെ ഇണക്കാം എന്ന പ്രശ്നം- ആശാൻ മുതൽപേരെയും ഗാഢമായി സ്പർശിച്ചിരുന്നു എന്നു തീർച്ചയാണ്. നമ്മുടെ ചരിത്രസന്ദർഭം വ്യത്യസ്തമാണ് എന്നേ ഉള്ളൂ. വ്യവസായസമുദായത്തിൽ പൊള്ളയായിത്തീർന്നു എന്നു താൻ കരുതിയ മനുഷ്യരെക്കുറിച്ച് എലിയട്ട്, പ്രൂഫോക്കും സ്വീനീ അഗസിസ്റ്റസ് കവിതകളും പിന്നീട് *തരിശുഭൂമി*യും എഴുതുന്ന കാലത്ത് ജർജ്ജരിതമായ ഒരു മൃതഭാരമായി മുതുകിലിരിക്കുന്ന ഭാരതീയ ഹൈന്ദവസംസ്കാരമായി രുന്നു ആശാന്റെ വേദന. ഈ ഭാരം തട്ടിയെറിയുകയും അതേസമയം പാരമ്പര്യത്തെ പിഴുതെറിയാതിരിക്കുകയും ചെയ്യുക എന്നതായിരുന്നു ആശാന്റെ ആലോചനാവിഷയം. മാരിനെറ്റിയുടെയോ ഇറ്റാലിയൻ ഫ്യൂച്ചറിസ്റ്റുകളുടെയോ മയക്കോവ്സ്കിയുടെയോ മാർഗ്ഗം- പാരമ്പര്യം മുറി ച്ചെറിയൽ- അല്ലായിരുന്നു ആശാൻ കണ്ട പോംവഴി. ഭാരതീയത്വത്തിൽ

നിന്നു പുറത്തുകടക്കാതെ ജാതിയിൽ നിന്നു പുറത്തുകടക്കുവാനുള്ള വഴിയായി ആശാൻ സ്വാഭാവികമായും കണ്ടെത്തിയത് ബുദ്ധധർമ്മം ആയിരുന്നു. തന്റെ കാവ്യസായാഹ്നത്തിൽ ഹൈന്ദവപുരുഷാദർശമായ രാമനെ വിമർശിക്കുവാൻ വേണ്ടി മാത്രമേ, ആശാൻ പുരാണങ്ങളിലേക്കു മടങ്ങിവന്നിട്ടുള്ളൂ.

വള്ളത്തോളിന്റെ കഥ മറ്റൊന്നാണ്. പുരാണങ്ങൾ അദ്ദേഹത്തിന്റെ സർവസ്വമായിരുന്നു. തന്റെ നല്ല കാലമാവുമ്പോഴേക്കും സമൂഹചേതനയുമായി സാത്മ്യം പ്രാപിച്ച വള്ളത്തോളിനെ ആഭ്യന്തരസംഘർഷം ഗണ്യമായി അലട്ടിയിരുന്നു എന്നതിനു തെളിവൊന്നുമില്ല. പ്രസിദ്ധമായ ചേർത്തല പ്രസംഗത്തിൽ 'വള്ളത്തോൾ പ്രസ്ഥാനം എന്നൊന്നില്ല. എല്ലാം പഴയതാണ്. ഋഷികളിലേക്കും പുരാണങ്ങളിലേക്കും മടങ്ങുകതന്നെയാണ് വള്ളത്തോൾ പ്രസ്ഥാനം' എന്നദ്ദേഹം പറഞ്ഞിട്ടുള്ളതിൽ നിന്ന് ഇത് കൂടുതൽ സ്പഷ്ടമാകും. ഇന്ത്യാചരിത്രത്തിൽ, അന്നും പിറകോട്ടു നടക്കുക എന്നതിനർത്ഥം മുന്നോട്ടു നോക്കുക എന്നുതന്നെയായിരുന്നു. ഫ്യൂച്ചറിസം അങ്ങനെ ഇവിടെ ഒരർത്ഥശൂന്യതയായി. മാത്രമല്ല, ആശാനെ അപേക്ഷിച്ച് സർവാശ്ലേഷിയായ പ്രശ്നങ്ങളാണ് വള്ളത്തോളിന്റേത് എന്നതിനാൽ വർത്തമാനസമുദായത്തോട് ഏറെക്കുറെ മുഴുവനായി സംസാരിക്കാൻ വള്ളത്തോളിന് കഴിഞ്ഞു. 'ഉണ്മാനില്ല ഉടുപ്പാനില്ല' എന്ന പ്രശ്നം ഭാരതത്തിന്റെ മുഴുവനുമാണ്. 'തീയ്യക്കുട്ടിയുടെ വിചാരം' അങ്ങനെയാണെന്നു പലർക്കും തോന്നുകയുണ്ടായില്ല.

വള്ളത്തോൾകവിത സമൂഹാഭിലാഷങ്ങളുമായി ഐക്യം പ്രാപിച്ചതുകൊണ്ട്, കവിക്ക് സംവേദനം ഒരു പ്രശ്നമേ അല്ലാതായി. 'ഇന്നു ഭാഷയതപൂർണം' എന്നർത്ഥം വരത്തക്കവിധത്തിൽ വള്ളത്തോൾ ഒന്നും എഴുതിയിട്ടില്ല എന്നാണെന്റ ഓർമ്മ. മലയാളകവിതയുടെ രൂപത്തെ *സാഹിത്യമഞ്ജരി* എങ്ങനെ അഗാധമായി, അനായാസമായി മാറ്റിത്തീർത്തു എന്നു നാം ഉണരാഞ്ഞത് ആ കവിതയുടെ സമഗ്രമായ സാമൂഹ്യഭാവം കൊണ്ടാണ് എന്നു ഞാൻ കരുതുന്നു. ഇഖ്ബാലിന്റെയും ടാഗൂറിന്റെയും കവിതകളും ഈ ഭാവൈക്യത്തിൽ പ്രചരിച്ചവയാണ് എന്നതിന് സംശയമില്ല. നമ്മുടെ യുവകവികൾ വള്ളത്തോൾകവിതയിൽ നോക്കുമ്പോൾ മുഖം പലതായി കാണുന്നില്ല(പ്രതിബിംബങ്ങൾ) എന്നതുകൊണ്ടാവാം അവയിൽ ചിലർ നവീനതയും സത്യസന്ധതയും ദർശിക്കാത്തത്.

ആശാന്റെയും വള്ളത്തോളിന്റെയും (വി.സി.ബാലകൃഷ്ണപ്പണിക്കരുടെയും) കാലത്ത് ലോകത്തെയും കാവ്യലോകത്തെയും ഇളക്കിമറിച്ച, പുനർനിർവചിച്ച, മഹാസംഭവങ്ങൾ നടന്നു. ഒന്നാം ലോകമഹായുദ്ധം,

റഷ്യൻ വിപ്ലവം, സ്പാനിഷ് ആഭ്യന്തരസമരം എന്നിവയെല്ലാം അനുഭവിച്ചതാണ് അന്നത്തെ യൂറോപ്പ്. അപ്പോളിനെയർ, റോബർട്ട് ഗ്രേവ്സ് തുടങ്ങിയവർക്ക് യുദ്ധം, സഞ്ജയനെന്നപോലെ റിപ്പോർട്ടാഷ് ആയിരുന്നില്ല. തോക്കിന്റെ നിഴലിലിരുന്നുകൊണ്ട് അപ്പോളിനെയർ തന്റെ പ്രസിദ്ധങ്ങളായ പോസ്റ്റ്കാർഡ് കവിതകളും കാലിഗ്രാമുകളും എഴുതി. മയക്കോവ്സ്കിയുടെ തീനാളം പോലുള്ള കവിതകൾ റഷ്യയെ മാത്രമല്ല, ലോകത്തിന്റെതന്നെ മനസ്സാക്ഷിയെ ഉണർത്തുന്നവയായിരുന്നു. ഓഡനും സ്പെൻഡറും കോഡ്വെല്ലും മറ്റും അടങ്ങുന്ന ഒരു കവിപരിഷത്തുതന്നെ 30-ലെ സ്പാനിഷ് സമരത്തിൽ പങ്കെടുക്കുകയുണ്ടായി. പിക്കാസോവിന്റെ *ഗർണിക്ക* ലോകപ്രസിദ്ധമായിത്തീർന്നു. ഇന്ത്യയിൽ അക്കാലത്ത് ഒന്നും നടന്നില്ല എന്നല്ല ഇതിനർത്ഥം. നമ്മുടെ സ്വാതന്ത്ര്യസമരത്തിന്റെ ഏറ്റവും സജീവഘട്ടവും ഇതുതന്നെ. എങ്കിലും കവിതയിൽ ആധുനികമെന്നു പറയുന്നതെന്തോ അതൊന്നും ഇവിടെ സംഭവിക്കുകയുണ്ടായില്ല. മുമ്പ് സൂചിപ്പിച്ചതുപോലെ എലിയട്ടിന്റെ *തരിശുഭൂമി* എഴുതി രണ്ടുകൊല്ലത്തിനു ശേഷമാണ് ആശാൻ *കരുണ* എഴുതിയത് എന്നു നാം അനുസ്മരിക്കേണ്ടതാകുന്നു. വള്ളത്തോൾ 'കോഴി,' 'അരിപ്പിറാവ്' തുടങ്ങിയവയെഴുതുമ്പോൾ ഏതാണ്ടതേ പ്രായക്കാരനായിരുന്ന അപ്പോളിനയർ ഫ്രഞ്ച് കവിതയേയും ലോകകവിതയേയും രൂപാന്തരപ്പെടുത്തുമാറ് സാഹസപരീക്ഷണങ്ങൾ നടത്തുകയായിരുന്നു. 1939-നു മുമ്പ് നമ്മുടെ *സാഹിത്യമഞ്ജരി*കളുടെ കാലത്ത് സ്പാനിഷ് കവിയായ ലോർക അമേരിക്കൻ ജീവിതത്തെക്കുറിച്ചുള്ള സർറിയലിസ്റ്റ് കവിതകൾ എഴുതുകയും ആയിരുന്നു. ജർമ്മനിയിൽ റിൽക്കെയുടെ എക്സ്പ്രഷനിസ്റ്റ് കവിതകളുടെയും അമേരിക്കയിൽ പൗണ്ടിന്റെ ജപ്പാൻ മാതൃകയിലുള്ള (ഹൈക്കു) ഇമേജിസ്റ്റ് കവിതയുടെയും കാലം ആയിരുന്നു. കുറച്ചുകൂടി ഇങ്ങോട്ടു നീട്ടിപ്പറഞ്ഞാൽ ഗീത ഗീതകാദികളെ പരിചയപ്പെടുത്തുവാൻ ശങ്കരൻ നമ്പ്യാർ പ്രസ്ഥാനത്രയം എഴുതിയപ്പോഴേക്കും യൂറോപ്പിലും ഇംഗ്ലണ്ടിലും ആധുനികകവിതയുടെതന്നെ നിഴൽ ചാഞ്ഞുകഴിഞ്ഞിരുന്നു. 1950-നടുത്തുപോലും 'ജോർജിയൻ കവിത'യെന്ന യുദ്ധകാല കവിതകൾ പഠിപ്പിക്കുന്ന പ്രൊഫസർമാർ അത് അത്യാധുനികകവിതയെന്നു കരുതിപ്പോന്നതിൽ അത്ഭുതപ്പെടുവാനില്ല. 1955-നടുത്താണ് നമ്മുടെ സർവകലാശാലകൾ എലിയട്ടിന്റെ 'പൊള്ളമനുഷ്യ'നും മറ്റും പഠിപ്പിച്ചു തുടങ്ങുന്നത്. പക്ഷേ, ഒരു ദശകം മുമ്പുതന്നെ എലിയട്ടിന്റെ സ്വാധീനശക്തി മലയാളകവിതയിൽ വന്നുകഴിഞ്ഞിരുന്നു.

വള്ളത്തോളിനെ പറ്റിയാണ് നാം പറഞ്ഞുവന്നത്. വള്ളത്തോളിന്റെ യുഗത്തിൽതന്നെ നാലപ്പാട്ടു നാരായണമേനോൻ *പാവങ്ങ*ളുടെ

തർജ്ജമ, രതി സാമ്രാജ്യം, ചക്രവാളം എന്നീ കൃതികളിൽക്കൂടി നൂതന ലോകത്തെയും നൂതനമായ ധിഷണാപ്രപഞ്ചത്തെയും സംബന്ധിച്ച ആരോഗ്യകരമായ ഒരു ബോധം ഉൾക്കൊള്ളുന്നതായി കാണാം. ഹാവലോക് എല്ലിസ്, മലിനോവ്സ്കി, യൂഗോ എന്നെല്ലാം അന്നു കേൾക്കുക വിപ്ലവകരം തന്നെയായിരുന്നു എന്നതിനു സംശയമില്ല. എങ്കിലും പത്തൊമ്പതാം ശതകത്തിൽ ഉണർന്ന മനുഷ്യവിജ്ഞാനത്തിന്റെ നവലോകത്തെക്കുറിച്ചും ഈ അറിവിനുള്ള സമഗ്രവും അഗാധവും ആയ അർത്ഥത്തെ കുറിച്ചും ബോധവാനായ ഒരേ ഒരാൾ മാത്രമേ, എ.ബാലകൃഷ്ണപിള്ള മാത്രമേ, മലയാളസാഹിത്യത്തിന്റെ ചരിത്രത്തിൽ ഉണ്ടായിട്ടുള്ളൂ.

വള്ളത്തോൾക്കവിതയിൽ, കാലബിന്ദുവിൽനിന്നു പിറകോട്ടു നോക്കുന്ന ഭാവനയാണ് കാണുന്നത് എന്നു നാം പറഞ്ഞു. വള്ളത്തോളും അതുതന്നെ പറയുകയുണ്ടായി.

"ഭാരതവർഷത്തിലെപ്പൂർവരാമൃഷീന്ദ്രന്മാർ
പാരിനുള്ളടിക്കല്ലു പാർത്തുകണ്ടറിഞ്ഞവർ."

ദേവകൾക്കുപോലും 'മോക്ഷം' കിട്ടുവാൻ ഭാരതത്തിൽ വന്നു ജനിക്കണമെന്നു *ജ്ഞാനപ്പാന*ക്കാരനെപ്പോലെ വള്ളത്തോളും കരുതുകയുണ്ടായി. ജി.ശങ്കരക്കുറുപ്പാകട്ടെ തന്റെ മുതിർന്ന കവിതകളിൽ ഭാവിയിലേക്കു നോക്കുന്നു.

"ഹാ വരും വരും നൂനമദ്ദിനമെൻ നാടിന്റെ
നാവനങ്ങിയാൽ ലോകം ശ്രദ്ധിക്കും കാലം വരും."

അത്യന്തം ഗത്യാത്മകവും ഊർജ്ജസ്വലവും ആയ ജി.യുടെ ഭാവന ഈ മനോഭാവത്തോടിണങ്ങിച്ചേർന്നു എന്നത് കവിതയുടെ വലിയൊരു വിജയം ആയിത്തീർന്നു. സ്വാതന്ത്ര്യത്തിന്റെ മീതെ സംഭാവ്യതയുടെ മുഴുവൻ വെളിച്ചം വീണതുകൊണ്ടാവാം ജി.യുടെ കവിതകളിൽ ഭാരതം, ലോകരാഷ്ട്രസമുദായത്തിലെ ഒരംഗമായേ വിഭാവനം ചെയ്യപ്പെട്ടിട്ടുള്ളൂ. ഈ ഭ്രാതൃഭാവം കേരളീയ കവിതയെ അന്താരാഷ്ട്രീയ ബോധമുള്ളതാക്കിത്തീർത്തു. ചീനയെക്കുറിച്ചും ജാവയെക്കുറിച്ചും അബിസീനിയയെക്കുറിച്ചും ജി. രചിച്ചിട്ടുള്ള കാവ്യനാടകാദികൾ മാത്രമല്ല ഈ ഭാവനയുടെ ഫലം. ഭാരതീയമല്ലാത്ത പൗരസ്ത്യ കവിതയെക്കുറിച്ചും ആംഗ്ലേയമല്ലാത്ത പാശ്ചാത്യകവിയെക്കുറിച്ചും ഉണർവുണ്ടായ, സഹഭാവമുണ്ടായ, കേരളീയ കവി ജി.യാണ് എന്ന വസ്തുതയുടെ പ്രധാന്യം വേണ്ടത്ര ഊന്നിപ്പറഞ്ഞിട്ടില്ല. ജി.യുടെ സിംബോളിക് കവിതകൾ ഫ്രഞ്ച് സിംബലിസ്റ്റുമാർഗ്ഗത്തിൽ തന്നെയുള്ളവയല്ല. എങ്കിലും അവ തികച്ചും ഭിന്നമാണ് എന്ന വാദത്തോട് എനിക്ക് വിയോജിപ്പാണുണ്ടുള്ളത്.

സിംബലിസ്റ്റ്, എക്സ്പ്രഷണിസ്റ്റ്, സർറിയലിസ്റ്റ കവിതകൾ കവികളിലും ഭാഷകളിലും പലപ്പോഴും വ്യത്യസ്തമായിരുന്നു എന്നും നാം ഓർക്കേണ്ടതാണ്. ഉപമയെ പാര്യന്തിക രൂപമാക്കുക എന്ന സിംബോളിസ്റ്റ് എക്സ്പ്രഷണിസ്റ്റ രീതിയിൽ നിന്ന് വിഭിന്നമാണ് ജി.യുടെ മൗലികസങ്കേതം എന്നെനിക്കു തോന്നുന്നില്ല.

വള്ളത്തോളിന്റെ തുടർച്ചയാണ് ജി.യുടെ കവിത എന്നു സാധാരണയായി പറയാറുണ്ട്. എങ്കിലും അവരിരുവരുടെയും ഭാവനാരീതികൾ അകലാവുന്നത്ര അകന്നതാണ് എന്നതിനു സംശയമില്ല. 'ഞാനനാഗതമായ കാലത്തിൻ കവി' എന്ന ഇഖ്ബാലിന്റെ വരികൾ ജി. ഉദ്ധരിക്കുന്നത് മറ്റൊരർത്ഥത്തിലും വാസ്തവമാകുന്നു. ജി. ഭാവികാലത്തിന്റെയും ബറിയുടെ നിരൂപണഭാഷയിൽ ഭാവികാലക്രിയാരൂപത്തിന്റെയും കവിയായിരുന്നു. 'വന്നു നാളെ' എന്ന വാക്യത്തിലെ വ്യാകരണം ഒരു നഴ്സറി വങ്കത്തമല്ല; സ്ഥായിയായ ഒരു മാനസാവസ്ഥയുടെ ഒപ്പടയാളമാകുന്നു.

"ഞെട്ടറ്റ മലരും തൂണാഞ്ചലം
വിട്ടിടുന്ന ഹിമബിന്ദുതാനുമേ
ഒട്ടു ദുഃഖമിയലാം വപുസ്സു വേ-
റിട്ടു നിൻ സുഖമഹോ കൊതിക്കിലാം."

എന്ന വരികളെച്ചൊല്ലി പ്രകീർത്തിതമായ, ആശാന്റേതായ ഭാവമാർദ്ദവം ജി.യിൽ അതിന്റെ പാരമ്യത്തിലെത്തുന്നു ഞാൻ കരുതുന്നു. 'സൂര്യകാന്തി' ക്കവിതകളിൽ സമഗ്രമായും പിൽക്കാല കവിതകളിൽ സാമാന്യമായും ഈ ഭാവമാർദ്ദവം കാണാം.

ഒരു കവി എന്ന നിലയിൽ ചങ്ങമ്പുഴ സാധിച്ചതധികവും അത്ഭുതകരമായിരുന്നു. മറ്റു കവികളും നിരൂപകന്മാരും പ്രൗഢവായനക്കാരും നോക്കിയിരിക്കേ അദ്ദേഹം അഭ്യസ്തവിദ്യരോ അക്ഷരാഭ്യാസം മാത്രം സിദ്ധിച്ചവരോ ആയ പുത്തൻ തലമുറക്കാരുടെ ഹൃദയത്തോടു കുശലപ്രശ്നം ചെയ്തു. തട്ടിൻപുറത്തു താളിയോലഗ്രന്ഥങ്ങളുള്ള മുടിഞ്ഞ വലിയൊരു തറവാട്ടിൽ ജനിച്ചാലേ കവിയാകൂ എന്നു ചങ്ങമ്പുഴയ്ക്കുശേഷം ആർക്കും പറയാൻ കഴിയാതായി. സങ്കല്പകാന്തിയിൽ, ബാഷ്പാഞ്ജലിയിൽ, രമണനിൽ എത്ര അനായാസമാണ് പഴമയുമായുള്ള ബന്ധത്തെ ചങ്ങമ്പുഴ മുറിച്ചെറിഞ്ഞിരിക്കുന്നത്! ഉദാത്തങ്ങളും ഉല്ലേഖങ്ങളും ഇല്ലാത്ത ഈ കാവ്യസരണിക്ക് നാം ഉണർന്നിട്ടില്ലാത്തതിനേക്കാൾ അഗാധമായ അർത്ഥമുണ്ട് എന്നു ഞാൻ കരുതുന്നു. 1890-കളിൽ ചന്തുമേനോന്റെ നോവൽ ഏതു നൂതന വർഗ്ഗവുമായി സംവദിച്ചിരുന്നുവോ അവരുടെ തുടർച്ചയായ, അവരെക്കാൾ വലിയതായ ഒരു വർഗ്ഗത്തോടാണ്

ചങ്ങമ്പുഴക്കവിത സംസാരിച്ചിരുന്നത്. ഇതോടുകൂടി കവിത വേരുകളില്ലാത്തതായി, ദ്വിമാനമായി എന്നുപറയാം. പിന്നെ സഞ്ജയൻ പറഞ്ഞതു മുഴുവനും ആവർത്തിക്കുകയും ചെയ്യാം. ചങ്ങമ്പുഴയുടെ മുഖ്യമായ നേട്ടമാണിത് എന്ന വസ്തുത പിന്നെയും ബാക്കിനിൽക്കുന്നു. പദബന്ധങ്ങളിൽ നിന്ന് തന്റെ കവിതയെ ചങ്ങമ്പുഴ നിശ്ശേഷം മോചിപ്പിച്ചു. എന്നുതന്നെയല്ല. പിന്നീടത് 'ചുട്ടെരിക്ക'ലിൽ ഉറക്കെ പ്രഖ്യാപിക്കുകയും ചെയ്തു. 'ജടയുടെ സംസ്കാരപ്പനയോലക്കെട്ടു'കളെക്കുറിച്ചുള്ള ഈ ഫ്യൂച്ചറിസ്റ്റ കൊലവിളി പുഷ്കിൻ കവിതകൾ കടലിലേക്കെറിയുക എന്നാഹ്വാനം ചെയ്ത ഫ്യൂച്ചറിസ്റ്റ് മയക്കോവ്സ്കിയെ അനുസ്മരിപ്പിക്കുന്നു. ഏതാണ്ടിക്കാലത്തു തന്നെയാണല്ലോ കേശവദേവ് രാമായണത്തിന്റെ കോലം കത്തിച്ചതും. പിന്നീട് ചങ്ങമ്പുഴയ്ക്കുണ്ടായ മാനസാന്തരത്തിനു കാവ്യപരമായ എന്തെങ്കിലും പ്രാധാന്യം ഞാൻ കാണുന്നില്ല.

ചങ്ങമ്പുഴ ഒരു പുതിയ കാവ്യഭാഷ സൃഷ്ടിക്കുകയുണ്ടായില്ല. യൂറോപ്പിൽ മോഡേണിസ്റ്റു കവിത കൊട്ടുമ്പിരിക്കൊണ്ടിരുന്നപ്പോഴും നാടൻശീലുകളിൽ പാടുകയേ ചെയ്തുള്ളൂ. പക്ഷേ, അദ്ദേഹം കവിതയെ പഴമയുടെ കൊളുത്തുകളിൽനിന്നും പൂർണ്ണമായും മോചിപ്പിച്ചു. സംഗീതാത്മകത്വത്തോടൊപ്പം ചങ്ങമ്പുഴക്കവിതയെ ജനപ്രിയമാക്കിയതു ഈ നിർമ്മൂലത തന്നെ.

കാല്പനികതയുടെ പാരമ്യമായിരുന്നു ചങ്ങമ്പുഴ എങ്കിൽ എൻ.വി. കൃഷ്ണവാരിയർ അതിന്റെ മറുതലയായിരുന്നുവെന്നു പറയാം. ചങ്ങമ്പുഴയുടെ വിഖ്യാതങ്ങളായ കവിതകൾക്കു ശേഷമാണ് എൻ.വിയുടെ ശ്രദ്ധേയമായ കാവ്യജീവിതം ആരംഭിക്കുന്നത്. ചങ്ങമ്പുഴയ്ക്ക് എന്തെല്ലാം ഇല്ലായിരുന്നുവോ അതെല്ലാം എൻ.വിക്കുണ്ടായിരുന്നു. സംസ്കൃതകവിതാപാരമ്പര്യത്തിന്റെ വേരുകളായിരുന്നു അതിൽ മുഖ്യമായത്. ദേശീയസമരത്തിന്റെ വീര്യം ഞരമ്പുകളിലും ദേശീയാഭിലാഷങ്ങളുടെ സ്വപ്നം തലച്ചോറിലുമായിരുന്നു വാര്യർക്ക്. ഈ ബോധം കവിതയ്ക്കു വ്യക്തലക്ഷ്യങ്ങളും കവിക്ക് പ്രവാചകത്വവും നൽകുന്നു. ഇത്തരം ലക്ഷ്യങ്ങളില്ലാത്ത കവിതയെ വാരിയർ ക്രൂരമായി വിമർശിക്കുന്നതിൽ അസാധാരണമായി ഒന്നുമില്ല. എങ്കിലും നീണ്ടകവിതകളിലെ കാവ്യപരമായ പ്രശ്നം മിക്കവാറും എൻ.വിയുടെ വ്യക്തിപരമായ പ്രശ്നം കൂടിയായിരുന്നു എന്നു ഞാൻ മുമ്പൊരിക്കൽ പറയുകയുണ്ടായിട്ടുണ്ട്. ലക്ഷ്യവേധിയായ 'എഞ്ചിനീയർ', 'അലക്സിസ്', 'മന്യ' എന്നിവയും കേവല ഭാവഗാനങ്ങളായ 'തീവണ്ടിയിലെ പാട്ട്' 'പഴയ പാട്ട്'എന്നിവയും ഒന്നിച്ചു വരുവാൻ ഈ വ്യക്തിസന്ദർഭമാകുന്നു കാരണം. നൂറ്റാണ്ടുകൾക്ക് മുമ്പുള്ള റൊമാന്റിക് സങ്കേതങ്ങളും ആധുനിക ഇമേജിസ്റ്റു മാർഗ്ഗവും ചമ്പുകാരന്മാരുടെയും

കണ്ണശന്മാരുടെയും എഴുത്തച്ഛന്റെയും ക്ലാസ്സിക് സാങ്കേതിക മാർഗ്ഗവും എൻ.വിയിൽ അസാധാരണമായി സമ്മേളിക്കുന്നു.

എൻ.വിയുടെ നീണ്ട കവിതകൾ അവതരിപ്പിച്ചുകൊണ്ട് സി.ജെ. തോമസ് അവയുടെ ചിത്രകലാദൃശ്യത്തെ കുറിച്ചുപന്യസിച്ചതിന്റെ യുക്തിയുക്തത ചോദ്യം ചെയ്യപ്പെട്ടിട്ടുണ്ട്. എങ്കിലും വാര്യർക്ക് ആധുനിക കവിതയുടെ ഒരു മുഖ്യഘടകവുമായുള്ള ബന്ധം അതു സൂചിപ്പിക്കുന്നു. എല്ലാ യൂറോപ്യൻ മോഡേണിസ്റ്റുപ്രസ്ഥാനങ്ങളും ചിത്രകാരന്മാരിൽ നിന്നോ ചിത്രകലയിൽ നിന്നോ പ്രേരണ ഉൾക്കൊണ്ടിട്ടുള്ളവയാണ് എന്നത് സുവിദിതമായ ഒരു വസ്തുതയത്രെ. ദൃശ്യപ്രപഞ്ചത്തിന്റെ മാറിയ മുഖച്ഛായ യുദ്ധപൂർവവിഷയങ്ങളിൽ(1908-14) ആദ്യമായിക്കണ്ടത് ചിത്രകാരന്മാരാണ് എന്നതത്രേ ഇതിനു കാരണം. 1938-ൽ അപ്പോളിനെയർ മരിച്ചപ്പോൾ ഈ വാർത്ത സുഹൃത്തുക്കളെ അറിയിക്കാൻ വയ്യാത്ത വിധം ചിത്രകലയിലെ ഉരുക്കുമനുഷ്യനായ പിക്കാസോ വികാരാധീനനായിത്തീർന്നു. ബ്രാക്ക്, മാറ്റിസെ, ഡ്യൂഫി, പിക്കാസോ എന്നീ ക്യൂബിസ്റ്റുകളെ വ്യാഖ്യാനിക്കുവാനും പുകഴ്ത്തുവാനും അപ്പൊളിനെയർ എന്നും അവരുടെകൂടെയുണ്ടായിരുന്നു. ചിത്രകലയുമായുള്ള ഈ അനുരാഗം ചിത്രകാരിണിയായ മേരി ലോറൻസിനോടുള്ള അനുരാഗമായി മാറി എന്നതു മറ്റൊരു കഥയാകുന്നു. ഡ്യൂഫി അപ്പോളിനെയറുടെ കവിതകൾക്കു ചിത്രം വരച്ചു. സർറിയലിസം തന്റെ വീട്ടുമുറ്റത്തുകൂടി കടന്നു പോയിട്ടും തിരിഞ്ഞുനോക്കാതിരുന്ന ലോർക സാൽവദോൽ ദാലിയുമായി പരിചയപ്പെട്ടതിനു ശേഷമാണ് സർറിയലിസത്തിലേക്കാകർഷിക്കപ്പെട്ടത്. ലോർക ദാലിയെ പരസ്യമായി പുകഴ്ത്തുകയും അദ്ദേഹത്തെക്കുറിച്ച് ഒരു ഗീതം എഴുതുകയും 1929-ൽ അമേരിക്കയിലായിരുന്നപ്പോൾ ന്യൂയോർക്കിനെക്കുറിച്ച് ഒരു സർറിയലിസ്റ്റ് ഗാനസമൂഹം രചിക്കുകയും ചെയ്തു.

ഇസ്രാ പൗണ്ടിന്റെ ഇമേജിസ്റ്റ് പ്രസ്ഥാനത്തെ ജാപ്പനീസ് കവിതയെന്നപോലെ ചിത്രകാരനായ ഗാഡിയൻ ബ്രസ്കേയുടെ പരിചയവും രൂപപ്പെടുത്തിയിട്ടുണ്ട് എന്നു സ്പെൻഡർ ചൂണ്ടിക്കാണിക്കുന്നു. ഒരു പക്ഷേ, ചിത്രകല ടാഗൂറിനെയും സ്വാധീനിച്ചിരിക്കാം.

ചെറിയൊരു ചിത്രകാരനായ തോമസും എൻ.വിയും തമ്മിൽ ആശയപരമായി എന്തെല്ലാം ആദാനപ്രത്യാദാനങ്ങൾ നടന്നിട്ടുണ്ട് എന്നെനിക്കറിയില്ല. എങ്കിലും എൻ.വിയുടെ കവിതയ്ക്കുള്ള മുഖ്യമായ സവിശേഷത, അതിന്റെ ദൃശ്യാംശമാണ് എന്നതിനു സംശയമില്ല. 'ആഫ്രിക്ക'യിൽ അതൊരു റിലീഫ് ഭൂപടം പോലെ സ്പഷ്ടമാകുന്നു; 'നന്നങ്ങാടി'കളിലും.

എൻ.വിയുടെ കവിതയ്ക്കുള്ള ഈ പനോരോമിക് ദൃശ്യസ്വഭാവം ആധുനികജീവിതചിത്രീകരണത്തിന് അദ്ദേഹത്തെ കൂടുതൽ സമർത്ഥനാക്കുന്നു.

എൻ.വിയുടെ 'മദിരാശിയിലെ ഒരു സായാഹ്നം' പ്രൂഫ്രോക്ക് മാതൃകയിലുള്ള മലയാളത്തിലെ ആദ്യത്തെ ആധുനിക കവിതകളിലൊന്നാണ്. തെരഞ്ഞെടുത്ത ഏതാനും ചിത്രങ്ങളിലൂടെ ആധുനിക ഭാരതീയ നഗരത്തെയും തെരഞ്ഞെടുത്ത ഏതാനും സ്വഭാവചിത്രങ്ങളിലൂടെ നാഗരികമനസ്സുകളുടെ ക്ഷുദ്രഭാവത്തെയും ആവിഷ്കരിക്കുകയാണ് അതിൽ കവിയുടെ ലക്ഷ്യമെന്ന് തോന്നുന്നു. പക്ഷേ, അതിലെ നായകന്റെ നാഗരികമായ രണ്ടാം പകുതിമാത്രമാണ് ക്ഷുദ്രം. സംസ്കൃതശ്ലോകങ്ങളുദ്ധരിക്കുന്ന മറ്റെപ്പകുതിയോട് ഏറ്റുമുട്ടുന്ന പുതിയ വ്യക്തിത്വത്തിന്റെ ഭാവവൈവർണ്യങ്ങളും പാരമ്പര്യങ്ങളും ശ്രദ്ധേയമാകുന്നു. വോർട്ടിസ്റ്റുകവിയായ വൈൽധാം ലൂയിയെപ്പോലെ താനീ ലോകത്തിന്റേതല്ലെന്നു രഹസ്യമായിക്കരുതുന്ന ചുറ്റുപാടുകളെയും ചുറ്റുമുള്ളവരെയും സിനിസിസത്തോടുകൂടി നോക്കുന്ന ഒരു കവിയുടെ നോസ്റ്റാൾജിയ എൻ.വിയിലും കാണാം. ഇതുകൊണ്ടുതന്നെയാകണം എൻ.വി കൂടെക്കൂടെ പ്രാചീന കലാരൂപങ്ങളിലേക്ക്, കിളിപ്പാട്ട്, കഥകളി, പാഠകം എന്നിവയിലേക്ക് തിരിച്ചുവരുന്നതെന്ന് തോന്നുന്നു.

"ഞങ്ങളല്പന്മാർ കാലമഴയേറ്റൊരേ കാക്കിമങ്ങലായ് ഞങ്ങൾക്കുള്ള ജീവിതക്കുപ്പായങ്ങൾ''എന്ന് എൻ.വി പറയുന്നത് ഞങ്ങളെപ്പറ്റിയാണെന്നാണെന്റെ വിശ്വാസം. മാനുഷ്യകത്തിന്റെ ദാർശനികനും മാർഗ്ഗദർശിയുമാണെന്ന സ്ഥാനം കവിക്കു നഷ്ടപ്പെട്ടിരിക്കുന്നു എന്നദ്ദേഹം പറയുന്നത് അവ വീണ്ടെടുക്കണം എന്ന അർത്ഥത്തിലാണ്. പതിമൂന്നര സെന്റിൽ ചെറുതോട്ടങ്ങൾ വെച്ചുപിടിപ്പിക്കുന്നവരാണ് ആധുനിക കവികളെന്നു പണ്ടെഴുതിയത് നമുക്കു മഹാകാവ്യങ്ങളും മഹാപ്രതിഭകളും വേണ്ടിയിരിക്കുന്നു എന്നു പിന്നീടെഴുതുവാനാണ്. ഭാരതീയാർത്ഥത്തിൽ തികഞ്ഞ പാണ്ഡിത്യം തേടുകയും സ്വന്തം സംസ്കാരത്തെയും ജനതയെയും രക്ഷിക്കാൻ ഇറങ്ങിപ്പൊരുതുകയും വിജയത്തിൽ ഭഗ്നമോഹനാകുകയും ചെയ്തു എന്ന വസ്തുത തന്റെ അണികളിൽ പലപ്പോഴുമുണ്ടായിരുന്ന പി.കുഞ്ഞിരാമൻ നായരുടെ കവിതയോടുള്ള മനോഭാവത്തെ സാധൂകരിക്കുന്നു. മുന്നണിപ്പോരാളികൾക്ക് പിന്നണിപ്പാട്ടുകാരോടുള്ള മനോഭാവമാണ് എൻ.വിയ്ക്കു മറ്റു പല കവികളോടുമുള്ളത്. 1950, 60-കളിലെ എൻ.വിയുടെ കവിതയ്ക്ക് മറ്റു മിക്ക മലയാളകവികൾക്കുമില്ലാത്ത നൈരാശ്യവും ക്രോധവും പുച്ഛവുമുണ്ടായിത്തീരുന്നത് ഒരു യുഗാന്തരമനസ്സിന്റെ പ്രതികരണം

എന്ന നിലയ്ക്കാണ്. 'ഗോദ്സെ' കവിതകളിലും 'മദിരാശിയിലെ ഒരു സായാഹ്ന'ത്തിന്റെ രൂക്ഷതരമായ ആവർത്തനമായ 'ജീവിതവും മരണവും'എന്ന കവിതയിലും ഈ തീക്ഷ്ണനൈരാശ്യത്തിന് അനുയോജ്യമായ ഒരു സരളനിശിത കാവ്യശൈലി രൂപപ്പെടുത്തുവാൻ എൻ.വിക്ക് കഴിഞ്ഞിട്ടുണ്ട്. രൂപം പൂണ്ടിട്ട് രണ്ടുമൂന്നു ദശകത്തിലധികമായിട്ടില്ലാത്ത, മോഹങ്ങളുടേതായ നമ്മുടെ യാഥാസ്ഥിതിക കാവ്യശൈലിക്ക് തൊട്ടടുത്ത് ഇവ കൂടുതൽ ഉജ്ജ്വലമായിത്തീരുന്നു.

വള്ളത്തോളിന്റെയും ഏറെക്കുറെ ആശാന്റെയും ജി.യുടെയും കവിത, കാല്പനികമായിരുന്നപ്പോഴും സാമൂഹ്യാഭിലാഷങ്ങളെ പരിണയിച്ച് ഏകാന്തതയിൽനിന്ന് രക്ഷപ്പെട്ടു എന്നു നാം പറയുകയുണ്ടായി. ദേശീയാഭിലാഷങ്ങൾ ആദ്യകാലത്തെല്ലാം ഏകമുഖമായിരുന്നു എന്നതാണിതിനു കാരണം. സ്വാതന്ത്ര്യോദയത്തോടു കൂടി പഴയ മൂല്യങ്ങൾക്കും പഴയ സാമൂഹ്യഘടനയ്ക്കും വന്നതോ വരുമെന്ന് ഭയപ്പെട്ടതോ ആയ വിപ്ലവാത്മക പരിണാമങ്ങളോടുള്ള രണ്ടു മനോഭാവം ഇടശ്ശേരിയിലും വൈലോപ്പിള്ളിയിലും കാണാം. നാഗരിക ജീവിതത്തിന്റേതായ പ്രശ്നങ്ങളൊന്നും പൊന്നാനിയിൽ ഇടശ്ശേരിയെ അലട്ടുകയോ ഉലയ്ക്കുകയോ ചെയ്തില്ല. ചിരന്തനമായ ഗ്രാമീണകർഷകജീവിതത്തിന്റെ കരളുറപ്പുള്ള ഇടശ്ശേരിക്ക് ജീവിതത്തിലെ ഏറ്റവും വലിയ പ്രശ്നം ജീവിതം തന്നെ. മൗലികവും അഗാധവും സർവഭക്ഷകവുമായ ജീവിതത്വരയാൽ സാധൂകരിക്കപ്പെടുന്ന ധർമ്മകർമ്മവ്യതിയാനങ്ങളുടെ ചിത്രീകരണത്തിലാണ് ഇടശ്ശേരിയുടെ ശക്തി. ലോറൻസിന്റേതുപോലെ കിറുക്കനല്ലെങ്കിലും അത്രതന്നെയോ അതിലധികമോ മൗലികമാണ്, വ്യാപകമാണ് അദ്ദേഹത്തിന്റെ തത്ത്വശാസ്ത്രം. 'തത്ത്വശാസ്ത്രങ്ങളുറങ്ങുമ്പോൾ', 'നെല്ലുകുത്തുകാരി പാറുവിന്റെ കഥ', 'പെങ്ങൾ' എന്നീ കവിതകളിലുള്ള ഈ ജീവിതഭാവനയുടെ മറ്റൊരു മുഖംമാത്രമാണ് കൂട്ടുകൃഷിയും എന്നു ഞാൻ കരുതുന്നു. തത്ത്വശാസ്ത്രങ്ങളുടെ നിഷേധമായ ഇടശ്ശേരിയുടെ തത്ത്വശാസ്ത്രം കവിതയ്ക്ക് ഏകാഗ്രമായ ലക്ഷ്യം നൽകുന്നതുകൊണ്ട് ആധുനികതയുടെ മുഖമുദ്രയായ ഭാവശൈഥില്യം അദ്ദേഹത്തിൽ കാണുന്നേ ഇല്ല എന്നുപറയാം.

ഇടശ്ശേരിയുടെ ഒരു വലിയ ആരാധകനാണെങ്കിലും വൈലോപ്പിള്ളിയുടെ കഥ വ്യത്യസ്തമാകുന്നു. 'കന്നിക്കൊയ്ത്തി'ലോ 'പന്തങ്ങ'ളിലോ 'പടയാളിക'ളിലോ 'മലതുരക്ക'ലിലോ പ്രകീർത്തിതമായ പകുതി ശാസ്ത്രീയവും പകുതി വൈകാരികവുമായ പുരോഗമനവിശ്വാസവും പ്രസാദാത്മകത്വവും മുറിയുന്നിടത്തുനിന്ന് വൈലോപ്പിള്ളിക്കവിതയുടെ ഭാവരൂപശൈഥില്യം ആരംഭിക്കുന്നു. ഇതിനൊരു കാരണം

വൈലോപ്പിള്ളിയുടെ ക്രൂരവും ആത്മപീഡാകരവുമായ ആന്തരസത്യസന്ധതയാകുന്നു. ഈ സത്യസന്ധത അനുരാഗത്തിലാകാം. അപ്പോൾ അനുരാഗത്തിനും അതു വെള്ള വെളിച്ചത്തിന്റെ ഭംഗിയെക്കാൾ മികച്ച പ്രിസത്തിന്റേതായ വർണ്ണപ്പൊലിമ നൽകുന്നു. "എന്റെ വഞ്ചകമായ കൈത്തണ്ടയിൽ, സഖീ തലചായ്ച്ചുറങ്ങൂ," എന്ന ഓഡന്റെ വരികളെക്കാൾ ദീപ്രമായെനിക്കു തോന്നിയത്

"മറ്റു പൂച്ചെടി ചെന്നു തിന്നാനെൻ
കൊറ്റനാടിനുണ്ടിപ്പൊഴേ മോഹം."

എന്ന ഈരടിയാണ്. വൈലോപ്പിള്ളിയുടെ എല്ലാ അനുരാഗഗാനങ്ങളേയും ഈ ദ്വന്ദ്വാത്മകത്വം കൂടുതൽ സത്യസന്ധമാക്കിത്തീർക്കുന്നു.

സൈക്കോ അനലിറ്റിൽ വിജ്ഞാനത്താലും വിക്രമോർവശീയത്തിന്റെ അവ്യക്താദർശത്താലും പ്രചോദിതമെന്നു കരുതേണ്ട 'സഹ്യന്റെ മകൻ' തുടങ്ങി മാനസജീവിതത്തിന്റെ ആഴമേറിയ ചില തലങ്ങളെ ചിത്രീകരിക്കുവാൻ പോന്ന ഒരു കാവ്യശൈലി വൈലോപ്പിള്ളിക്കു രൂപപ്പെടുക്കുവാൻ കഴിഞ്ഞിട്ടുണ്ട്. ഈ കഴിവിന്റെ പാരമ്യം മലയാളത്തിലെ സർവോത്തര കാവ്യങ്ങളിലൊന്നായ കുടിയൊഴിക്കലിനെ ചേതോഹരമാക്കുന്നു. 'കുടിയൊഴിക്ക' ലിനെ ഒരു അനുരാഗകഥയാക്കാതെ ജന്മി-കുടിയാൻ സംഘർഷമാക്കാതെ കമ്യൂണിസ്റ്റ് വിപ്ലവം മാത്രമാക്കാതെ വ്യഷ്ടിസമഷ്ടികളുടെയും പാരമ്പര്യപരിണാമങ്ങളുടെയും ധർമ്മസംഘർഷത്തിന്റേയും ഗംഭീരമായ അനാർദ്ര ദുഃഖമാക്കിത്തീർക്കുവാൻ വൈലോപ്പിള്ളിക്കെങ്ങനെ കഴിഞ്ഞു എന്നു നമ്മുടെ യുവകവികൾ ഇനിയും അന്വേഷിക്കേണ്ടതാണ്. ചങ്ങമ്പുഴയുടെ 'വാഴക്കുല'യിൽ ദ്വിമാന മനോഹരമായിരുന്ന മലയാളകവിതയോട് നാനാമാനവും സങ്കീർണ്ണവുമായ ഈ ജീവിതശില്പം താരതമ്യപ്പെടുത്തിക്കാണുകയും ചെയ്യേണ്ടതാണ്. റഷ്യൻ യുവകവിയായ സെർഗായി എസനിൽ വെള്ളക്കുഴലിൽ കെട്ടിത്തൂങ്ങി ചാകുന്നതിന് അല്പംമുമ്പ് മഷി തീർന്നുപോയ തന്റെ പേന രക്തത്തിൽ മുക്കി തന്റെ അന്ത്യകവിത എഴുതിവെച്ചു എന്നു കേട്ടിട്ടുണ്ട്. കവിയുടെ കാമുകി കരൾ പിഴിഞ്ഞെടുത്ത് കള്ളിൽ ചേർത്തു കുടിച്ച 'കുടിയൊഴിക്ക'ലിലെ രക്തത്തിന്നേ ഞാൻ രക്തത്തിന്റെ തുടുപ്പു കാണുന്നുള്ളൂ.

മാനസഭാവങ്ങളുടെ ഈ ദ്വന്ദ്വാത്മകത വൈലോപ്പിള്ളിക്കവിതയെ കവിയുടെയും അനുവാചകന്മാരുടെയും അന്തരാത്മാവിനോടു കൂടുതൽ അടുപ്പിക്കുന്നു എന്നു മുൻപുതന്നെ സൂചിപ്പിച്ചിട്ടുണ്ട്. ആത്മീയമായ ഈ ഇന്റിമസിയുടെ സ്പർശം ഭയത്താൽ പ്രേമവിഹ്വലയായ കവിതയുടെ ആശ്ലേഷത്തിലറിയാം.

“ഹാ സഖി നീയെന്നോടു ചേർന്നു നിൽക്കുക
വീതോല്ലാസമായ് മങ്ങീടുന്നു ജീവിതം,
നമ്മെപ്പോലെ പണ്ടു നാം സ്നേഹിച്ചവരകന്നോ മൃതിപെട്ടോ
വൻ പകയോടെ ചേരി മാറിയോ പൊയ്പോകുന്നു.”

എല്ലാവരും പോയ്ക്കഴിയുമ്പോൾ താനും തന്റെ കവിതയും മാത്രം ബാക്കിയാവുകയും ചെയ്യുന്നു. ‘ഏകാന്തതയിലെ ഈ ഏകാകിത’ ഞാനറിഞ്ഞിടത്തോളം മലയാളത്തിലെ മറ്റൊരു കവിയും അനുഭവിച്ചിട്ടില്ല. ആധുനിക കവിതയുടെ ചരിത്രത്തിൽ വൈലോപ്പിള്ളിക്കുള്ള അതുല്യമായ സ്ഥാനം ഇതാകുന്നു.

ഒരുപക്ഷേ, കവിയുടെ അത്ഭുതാവഹമായ നിഷ്ക്രിയത്വം(passivity) ആകാം ഈ ഏകാകിതയ്ക്കു കാരണം. കവി ആലോചിച്ചുറയ്ക്കുമ്പോഴേയ്ക്കും കാര്യങ്ങൾ കഴിഞ്ഞുപോകുന്നു. ‘വൈകിവന്ന മനുഷ്യ’നിലെന്നപോലെ മനസ്സ് ഓങ്ങുന്നുവെങ്കിലും കൈ ഓങ്ങുവാൻ വൈകിപ്പോകുന്ന ഒരു മനുഷ്യന്റേതായ വ്യാഖ്യാനമാണ്, ആത്മാവിന്റെയും ജീവിതത്തിന്റെയും ചരിത്രത്തിന്റെയും വ്യാഖ്യാനമാണ്, വൈലോപ്പിള്ളിക്കവിത. മറ്റു കവികൾ കുയിലായി, കുക്കുവായി, വാനമ്പാടിയായി, ശലഭമായി സ്വയം വിവരിച്ചപ്പോൾ വൈലോപ്പിള്ളി തന്നെ ചീവീടായി ചിത്രീകരിക്കുന്നതും മറ്റൊന്നു കൊണ്ടാവില്ല.

“വീണുഞാൻ, പോയിതെന്നെച്ചവിട്ടി
മാനുഷവ്യൂഹം കാലപ്രവാഹം.”

വിപ്ലവത്തെക്കുറിച്ച് വൈലോപ്പിള്ളിയുടെ ഭാവം ഇതായിരുന്നു എങ്കിൽ, വിപ്ലവചൈതന്യവുമായി ലാഘവത്തോടെ ഇണങ്ങിച്ചേർന്ന മൂന്നു കവികൾ നമുക്കുണ്ട്. ഭാസ്കരനും, വയലാറും, ഒ.എൻ.വി.യും. അവർക്കെല്ലാം മുമ്പുതന്നെ ഒളപ്പമണ്ണയും അക്കിത്തവും ഈ വേലിയേറ്റത്തിൽ പെട്ടുകഴിഞ്ഞിരുന്നുവെന്നു പറയാം. രൂപത്തിൽ ചങ്ങമ്പുഴയെ അനുകരിക്കുകയും ഭാവത്തിൽ പലപ്പോഴും നിഷേധിക്കുകയുമാണ് ഈ മൂന്നു യുവകവികളും ചെയ്തത്.

ഇവരെല്ലാം തന്നെ പഴയ പാരമ്പര്യത്തിൽനിന്നു പിന്തിരിയുകയും ഏറെ കുറെ പ്രക്ഷീണരായി സാമാന്യ കാവ്യധാരയിൽ ലയിക്കുകയും ചെയ്തിരിക്കുന്നു. നീറുന്ന പ്രശ്നങ്ങൾ മറ്റുള്ളവർക്കായി അവർ വിട്ടുകൊടുത്തതു പോലെ തോന്നുന്നു. ഹക്സ്‌ലിയും ഈഷർവുഡ്ഡും വേദത്തിൽനിന്നു ഹോളിവുഡ്ഡിലേക്കെന്ന പോലെ അവരിൽ പലരും വിപ്ലവത്തിൽ നിന്നു കോടമ്പാക്കത്തേക്കെത്തിച്ചേരുകയും ചെയ്തിരിക്കുന്നു. കവിതയിൽനിന്നു വിപുലമായ ഒരു ബഹുജനമാധ്യമത്തിലേക്ക് വഴുതി വീഴുന്നതിൽ തെറ്റുമില്ല.

ഇതോടുകൂടി മോഡേണിസ്റ്റുകൾ എന്നു സ്വയം വിശേഷിപ്പിച്ചുപോരുന്ന അത്യാധുനിക കവികളിലേക്കു നാം എത്തിച്ചേരുന്നു. എന്റെ ഓർമ്മ ശരിയാണെങ്കിൽ, ഏതാണ്ടു രണ്ടു ദശകത്തിനു മുമ്പുതന്നെ അയ്യപ്പപ്പണിക്കർ 'ഒരു സർറിയലിസ്റ്റ് പ്രേമഗാനം' പ്രസിദ്ധപ്പെടുത്തിയിരുന്നു. ഇന്നദ്ദേഹം കാവ്യശൈലിയിൽ രണ്ടടി കൂടി പിന്നോക്കം വയ്ക്കുകയും ജർമ്മൻ എലിയട്ടായ റിൽക്കെയുടെ എക്സ്പ്രഷനിസ്റ്റ് രീതിയിൽ സ്വാധീനിക്കപ്പെടുകയും ചെയ്തിരിക്കയാണ്. ഒരു തികഞ്ഞ പരാജയമെന്നു ഞാൻ കരുതുന്ന കുരുക്ഷേത്രത്തിൽ റിൽക്കെയുടെയും എലിയട്ടിന്റെയും സ്വാധീനം കാണാം. ഭൗതികപ്രപഞ്ചത്തെയും മാനസാവസ്ഥകളെയും പാരമ്പര്യബന്ധങ്ങളെയും ഇണക്കിച്ചേർക്കുന്ന നക്ഷത്രം, പ്രഭാതപ്രദോഷങ്ങൾ തുടങ്ങിയ പ്രതീകങ്ങളുടെ ഭാഷ, പണിക്കർക്കു പഥ്യമായിത്തുടങ്ങിയിരിക്കുന്നു. 'മൃത്യുപൂജ' യിലെത്തുമ്പോൾ വൃഥാക്ലിഷ്ടമായിരുന്ന പണിക്കരുടെ കാവ്യശൈലി ഏറെ തെളിയുകയും അദ്ദേഹം തന്റെ കവിതയുടെ സാഫല്യം കണ്ടെത്തുകയും ചെയ്യുന്നോ എന്നുതോന്നും.

പണിക്കർ എത്ര പതുക്കെയോ അത്രതന്നെ വേഗത്തിൽ സുഗതകുമാരി തന്റെ സരസ്വതിയെ മെരുക്കിയെടുത്തു. കേരളീയ കവികളിൽ ജി യും വർധിച്ച അളവിൽ വൈലോപ്പിള്ളിയുമാണ് സുഗതയുടെ കവിതകളെ സ്വാധീനിച്ചുപോന്നിട്ടുള്ളത്. ശകുന്തള ഇളംതളിരുകളെ എന്നപോലെ അവരുടെ മൃദുലതകളെ മാത്രമേ അവർ നുള്ളിയെടുത്തിട്ടുള്ളൂ. മുത്തുച്ചിപ്പിയിലെ കവിതയ്ക്കുണ്ടായിരുന്ന പരീക്ഷണവ്യഗ്രത ഇന്നു തീരെ ഇല്ലെന്നു പറയാം. വ്യക്തിഗതങ്ങളായ പ്രശ്നങ്ങളവസാനിക്കുമ്പോൾ കവിത നിശ്ചലമാകുന്നു എന്നാണോ ഇതിന്റെ അർത്ഥം? 'അത്രമേൽ സ്നേഹിക്കയാൽ' എന്ന പുതിയ കവിത അങ്ങനെയും തോന്നിക്കുന്നു.

ഇപ്പുറത്തു കക്കാടും പാലൂരും മറ്റുമുണ്ട്. മാർദ്ദവം ശല്യമാണവർക്ക്. മാർദ്ദവം മുമ്പിലല്ല; അത് സത്യവുമല്ല. കക്കാടിന്റെ പല കവിതകളും ചിത്രങ്ങളെന്നനിലയിൽ നോക്കിയാലാണ് കൂടുതൽ മനസ്സിലാവുക. കല്ലായിപ്പാലം, പാർക്കിൽ, നിശാമുഖം തുടങ്ങിയവ റിയലിസവും സർറിയലിസവും വേർതിരിയുന്ന ബിന്ദുവിൽ നിന്നുകൊണ്ട് വരച്ചിരിക്കുന്നു. ചമ്പുക്കൾ, കഥകളി തുടങ്ങിയവയിൽനിന്ന് സ്ലിപ്പുകളെടുത്തൊട്ടിച്ച് അവയെ കൂടുതൽ രസാവഹവും സങ്കീർണവും ആക്കിയിട്ടുണ്ട് 1963 ൽ എന്നതുപോലെ.

പാലൂരിന്റെ കവിതയിൽ ഇത്തരം തക്കിടികൾ കുറയും. എത്ര വഴിതാണ്ടിയാണ് ബോംബെയിലും ഡൽഹിയിലും എത്തിയത് എന്ന

അത്ഭുതമാണധികം. പലപ്പോഴും അതിനു പുതുമഴയുടെ കുളിർമ്മയുമുണ്ട്.

വിഷ്ണുനാരായണൻ നമ്പൂതിരിയുടെ കാവ്യാത്മകപ്രശ്നം, താൻതന്നെ പറയാറുള്ളതുപോലെ പാരമ്പര്യത്തെ സമകാലപരുഷസത്യവുമായി എങ്ങനെ ഇണക്കാം എന്നതുതന്നെയാകുന്നു. പക്ഷേ, തന്റെ പ്രേമകവിതകളിലെന്ന പോലെ രൂപഭാവങ്ങളുടെ കടിഞ്ഞാൺ പിടിക്കുവാൻ ഈയിടെയായി വിഷ്ണുനാരായണനു കഴിയാറില്ല. ഉത്തമകവിതയ്ക്കാവശ്യമായ ടെൻഷൻ ഉള്ളിലില്ലാഞ്ഞിട്ടാകുമോ?

മറിച്ചാണ് ആർ. രാമചന്ദ്രന്റെ കവിത. അവിടെ പിരിമുറുക്കമേ ഉള്ളൂ. പാരമ്പര്യത്തിന്റെ കാൽച്ചങ്ങലകളല്ല, ഏകാന്തതയുടെ കൂരിരുളാണ് രാമചന്ദ്രന്റെ ദുഃഖം. സംവേദനം സാധ്യമല്ലാത്ത ഒരവസ്ഥയിൽ താനെത്തി നിൽക്കുന്നു എന്ന് അദ്ദേഹം സ്വയം വിശ്വസിപ്പിച്ചിരിക്കുകയാണ്. ഭാവസംക്രമണത്തിനുതകിയ ബീജചിത്രം മനസ്സിലുദിക്കുന്നത് ഭാവനയുടെ ചടുലദീപ്തി ആകുന്നു. രാമചന്ദ്രനു പലപ്പോഴും ഈ കഴിവില്ലാതെ പോകുന്നു. ആറ്റൂർ രവിവർമ്മയ്ക്ക് ഏറെക്കുറെ സമർത്ഥമായിത്തന്നെ, ഭയദുഃഖങ്ങളാലും ക്രോധനൈരാശ്യങ്ങളാലും സങ്കീർണ്ണമായ ജീവിതചക്രങ്ങൾ രചിക്കുവാൻ കഴിയായ്കയല്ല. പേക്കിനാവിന്റേതായ രൂക്ഷരൂപങ്ങൾ 'ഭ്രാന്തൻ', 'അവൻ ഞാനല്ലോ' എന്നീ കവിതകളിൽ തെളിയുകതന്നെ ചെയ്തിരിക്കുന്നു. എങ്കിലും മീഡിയവും ഭാവനയും തമ്മിലുള്ള പിണക്കം രാമചന്ദ്രനെന്നപോലെ രവിവർമ്മയ്ക്കും തീർന്നു എന്നു ഞാൻ കരുതുന്നില്ല. ധാരാളം എഴുതുന്ന ചെറിയാനും കുറച്ചുമാത്രം എഴുതുന്ന മാധവൻ അയ്യപ്പത്തും അവരവരുടെ വ്യാപാരരീതികളിൽ നവീനതയുടെ അന്വേഷകരായി തുടരുന്നു.

എന്നും ആർജ്ജവസാരള്യങ്ങളോടെ എഴുതിപ്പോന്നിട്ടുള്ള ഒളപ്പമണ്ണയുടെ പുതിയ കവിതകൾ, കഥാഗാനങ്ങളും നങ്ങേമക്കുട്ടിയും ഒറ്റയൊറ്റ സ്വഭാവങ്ങളുടെ സവിശേഷചിത്രണത്താൽ ശ്രദ്ധേയമായിത്തീരുന്നു. ദ്വീപുകളാണെങ്കിലും അവയ്ക്ക് ഒരു ലഘു ദ്വീപുസമൂഹത്തിന്റെ വ്യക്തിത്വമുണ്ട്. 'കണ്ടപ്പ'നിലെന്നപോലെ അസാമാന്യ മനുഷ്യമാതൃകകൾ, മിക്കപ്പോഴും ന്യൂനമാതൃകകൾ തേടിപ്പോകുക, കഥയുടെയും നോവലിന്റെയും പുതിയ മാർഗ്ഗം കൂടിയാകുന്നു.

ഭാവത്തിന്റെയും താളത്തിന്റെയും പുതിയ ലയത്താൽ ഓർമ്മിക്കാവുന്ന രണ്ടു കവിതകൾ, 'നാലുമണിപ്പൂക്ക'ളും, 'ഒരു തുള്ളി വെളിച്ച'വും ഒ.എൻ.വി ഇക്കാലത്തെഴുതുകയുണ്ടായി. കേവലമായ പരീക്ഷണത്തിൽ കുറുപ്പിനും താല്പര്യമില്ലെന്നു തോന്നുന്നു.

മുഗ്ദ്ധമനോഹരവും സരളഭാവവും ആയ കവിത ഇന്നെവിടെ നിൽക്കുന്നു? മലയാളത്തെ സംബന്ധിച്ചിടത്തോളം അഹങ്കരിക്കാൻ വളരെ

കുറച്ചേ ഉള്ളൂ എന്നു ഞാൻ കരുതുന്നു. മിക്ക യുവകവികൾക്കും ജീവിതത്തിന്റെ സമഗ്രദർശനം നഷ്ടപ്പെട്ടു കഴിഞ്ഞു. ഇതേ സന്ദർഭത്തിൽ കഴിഞ്ഞ തലമുറയിലെ പാശ്ചാത്യ കവികൾ നേടിയതെന്തോ, ആ സംവേദനതീവ്രത നമ്മുടെ യുവാക്കൾ നേടിയെടുക്കുന്നതായി കാണുന്നില്ല. ശാസ്ത്രീയമോ ബുദ്ധിപരമോ ആയ മികച്ച കവിതകൾപോലും നമുക്കില്ല. വികാരങ്ങൾ നഷ്ടപ്പെട്ടു എന്നല്ലാതെ നമുക്കൊന്നും പകരം കിട്ടിയിട്ടില്ല എന്നു വരുമോ? ചെക്കോസ്ലാവാക്യയിലെ വലിയ കവിയും വലിയ ശാസ്ത്രജ്ഞനുമായ ഹോളുബിന്റെ 'ചിറകുകൾ', 'മൈക്രോസ്കോപ്പ്', 'കാര്യത്തിന്റെ കാതൽ' തുടങ്ങിയ കവിതകൾ വായിച്ചിട്ട്, സെറിബെറൽ കവിത മോശമാണെന്നെനിക്കു തോന്നിയിട്ടില്ല. കവിത വൃത്താന്തപത്രം പോലെ രസകരമാകണമെന്ന് അദ്ദേഹം പറയുന്നത് എളുപ്പമല്ല, എങ്കിലും രസകരമാക്കുക എന്നത് അസാധ്യമാണെന്നും തോന്നുന്നില്ല. യവ്തുഷങ്കോവിനെപ്പോലെയും വോസ്നെസൻസക്കിയെപ്പോലെയും ഗാനം കൊണ്ട് പതിനായിരങ്ങളെ ആകർഷിക്കുവാൻ കഴിഞ്ഞില്ല എങ്കിലും അർത്ഥംകൊണ്ട് പിണക്കി അയയ്ക്കാതിരിക്കുവാൻ കഴിയും. പാബ്ലോ നെരൂദയെപ്പോലെ ഭീമാകാരമായ ഒരു കവിപ്രതിഭ നമുക്കില്ലെങ്കിലും എൻ.വിയെപ്പോലെ ധർമ്മോന്മുഖവും പരീക്ഷണവ്യഗ്രവുമായ പ്രതിഭകൾ നമുക്കുണ്ട്. നമ്മുടെ ജീവിതബോധം കെടാതെ നിർത്തുവാൻ ജി. മുതൽക്കിങ്ങോട്ടുള്ള പഴയ തലമുറയിലെ കവികൾക്ക് ഇപ്പോഴും വേണ്ടത്ര കരുത്തുണ്ട്. സമ്പന്ന രാഷ്ട്രങ്ങളിൽ നിന്നുള്ള വാണിജ്യവാതങ്ങൾ യുവമസ്തിഷ്കങ്ങളിൽ ലക്ഷ്യശൂന്യമായ കിറുകിറുപ്പുകൾ ഉണ്ടാക്കാതിരിക്കണം എന്നേയുള്ളൂ. പൗണ്ടിനെയും എലിയറ്റിനെയും പയറ്റിയെടുത്ത പോയട്രിമാസികയിലോ അമേരിക്കൻ കാവ്യസമാഹാരങ്ങളിലോ പ്രത്യക്ഷമാകുന്ന യുവകവിത അത്യന്തം ശിഥിലവും മിക്കപ്പോഴും ക്ഷുദ്രവും ആയിക്കഴിഞ്ഞിരിക്കുന്നു. ചിത്രബന്ധങ്ങൾ, അന്വയപ്രതിഷേധങ്ങൾ, പദവർണ്ണ ഛേദങ്ങൾ എന്നിവയായിത്തീർന്നിരിക്കുന്നു അക്കാഡമിക്ക് കവിത (ആരാംസരോയന്റെ ഒമ്പതു കവിതകളിൽ ആറാമത്തേത് j;u;n;g;l;e എന്ന് മാത്രമാണ്.) ഇവരാകട്ടെ പത്രങ്ങളിലും നിരൂപണസദസ്സുകളിലും കവിതയുടെ എലിയനേഷനെപ്പറ്റി നിർത്താതെ പരാതിപ്പെടുകയും ചെയ്യുന്നു. മുന്നിൽ കത്തിനിൽക്കുന്ന ഒരാദർശമോ പിന്നിൽ സാർത്ഥകമായ ഒരു ചരിത്രബന്ധമോ അവധാര്യമായ ഒരു ജീവിതാന്തരീക്ഷമോ കണ്ടെത്താൻ കഴിയാത്ത ഈ യുവകവികൾക്ക് വ്യക്തിത്വമെന്നതു കേവലശൂന്യതയും ലോകചരിത്രം ഒരു ശിഥില ചിത്രപരമ്പരയും ആയിത്തീരുന്നു. (Nancy Sullivan). അവരുടെ അത്ഭുതങ്ങൾ, അതുകൊണ്ട്,

ലൈസർജിക് ആസിഡിൽ നിന്നോ, മറ്റു മായികാഷൗധങ്ങളിൽനിന്നോ വന്നുചേരുന്നു. (മിക്കപ്പോഴും ഈ മരുന്നുകൾക്ക് എഴുത്തച്ഛൻ തിന്ന പഴത്തിന്റെ മാന്ത്രികശക്തിയൊന്നും ഇല്ലതാനും.) അവരുടെ സാഹസങ്ങൾ, ഗിൻസ്ബർഗിനും മറ്റും എന്നപോലെ സ്വവർഗ്ഗഭോഗത്തിനും മറ്റു രതിവൈകൃതങ്ങൾക്കും അപ്പുറം പോകുന്നില്ലതാനും. നമ്മുടെ കൗമാരകവിതയും അവിടേയ്ക്കെത്തിച്ചേരുമോ? അതിന്റെ മുഖ്യധാരകൾക്കെങ്കിലും അങ്ങനെ ഒരു ഗതി(കേട്) ഉണ്ടാകുകയില്ല എന്നാണ് ഞാൻ കരുതുന്നത്.

1968

എ ബാലകൃഷ്ണപിള്ള

"ബാലകൃഷ്ണപിള്ളയുടെ ജീവിതത്തിലെ സർവപ്രധാനമായ അനുഭവം അദ്ദേഹം അർഹിക്കുന്നതൊന്നും തനിക്കു ലഭിക്കാറുണ്ടായിരുന്നില്ല എന്നതാണ്," എന്ന് കേസരിയുടെ ഒരു ജീവചരിത്രകാരൻ പ്രസ്താവിച്ചിട്ടുണ്ട്. ഒരു എഴുത്തുകാരനെന്ന നിലയിൽ തന്റെ ആശയങ്ങൾ സമഗ്രമായി അറിയപ്പെടുകയും വിമർശിക്കപ്പെടുകയും ചെയ്തിട്ടില്ല എന്ന വാസ്തവം ഈ പ്രസ്താവനയെ എത്രയോ ആഴത്തിൽ അർത്ഥവത്താക്കിത്തീർക്കുന്നു. വിപ്ലവകാരികളിൽ വിപ്ലവകാരിയായ ഒരു എഴുത്തുകാരന് ലഭിക്കാവുന്നതിൽ വെച്ച് ഏറ്റവും ക്രൂരമായ അനുഭവമാകുന്നു ഇത്.

1923-മുതൽ ബാലകൃഷ്ണപിള്ളയുടെ കേരളത്തിന്റെ രാഷ്ട്രീയസാമൂഹ്യജീവിതരംഗങ്ങളിൽ ശക്തമായും വിപ്ലവകരമായും പങ്കെടുത്തുവന്നിട്ടുണ്ട്. എങ്കിലും 1930-ൽ കേസരിപ്പത്രത്തിന്റെ തുടക്കം മുതൽ അദ്ദേഹം സാഹിത്യരചനയ്ക്കും നിരൂപണത്തിനും നൽകിപ്പോന്നിട്ടുള്ള മാർഗ്ഗദർശനം മാത്രമാകുന്നു ഈ ഉപന്യാസത്തിന്റെ വിഷയം. നിരൂപണം വസ്തുനിഷ്ഠവും സപ്രമാണവുമായിരിക്കണം എന്ന കേസരിയുടെ ആദർശം പിന്തുടരുവാൻ ഈ ഉപന്യാസത്തിൽ കഴിയുന്നത്ര ശ്രമിക്കുകയും ചെയ്തിട്ടുണ്ട്.

കേസരിയിൽ തുടർച്ചയായി വന്നുകൊണ്ടിരുന്ന യൂറോപ്യൻ നോവൽ മാതൃകകളും നിരൂപണമാതൃകകളും മുഖപ്രസംഗങ്ങളും ധീരമായ പ്രോത്സാഹനങ്ങളുമാണ് ആധുനിക മലയാളസാഹിത്യത്തിന് രൂപംനൽകിയ ഏറ്റവും വലിയ ഏകശക്തി. ഈ വസ്തുത, യാഥാസ്ഥിതികരായ സാഹിത്യചരിത്രകാരന്മാരും നിരൂപകന്മാരും എന്നും മറച്ചുപിടിക്കുകയേ ചെയ്തിട്ടുള്ളൂ. ബാലകൃഷ്ണപിള്ളയുടെ ഉദാരവും അഗാധവും തികച്ചും അവിശ്വസനീയവുമായ പാണ്ഡിത്യപ്രകർഷത്തെ അന്യഥാകരിച്ചുകാണിക്കുവാൻ ശ്രമിക്കാത്ത പണ്ഡിതന്മാർ ഉണ്ടായിരുന്നില്ലെന്നുതന്നെ പറയാം,

അദൃഷ്ടപൂർവങ്ങളും മിക്കപ്പോഴും സുഖകരങ്ങളുമായ അദ്ദേഹത്തിന്റെ കണ്ടുപിടുത്തങ്ങളെക്കുറിച്ച് പൃച്ഛിച്ചുകൊണ്ടിരിക്കുക അവരുടെ മുടങ്ങാത്ത ഇടക്കാലവിനോദവും ആയിരുന്നു. അറിയുക എന്ന വൈഷമ്യത്തിൽ നിന്നൊഴിയാനുള്ള കുറുക്കുവഴിയും ഇതുതന്നെ.

നവലോകം

പത്തൊമ്പതാം നൂറ്റാണ്ടിന്റെ തുടക്കം മുതൽ പാശ്ചാത്യനാഗരികത പ്രകൃതിസാമൂഹ്യശാസ്ത്രങ്ങളിൽ നേടിയ പുരോഗതിയും, തത്ത്വചിന്തയിലും ചരിത്രപഠനത്തിലും ഉദ്ഘാടനം ചെയ്ത പുതിയ മാർഗ്ഗങ്ങളുമാണ് ബാലകൃഷ്ണപിള്ളയുടെ ജീവിതസാഹിത്യവീക്ഷണങ്ങളെ മൗലികമായി രൂപപ്പെടുത്തിയത്. ഡാർവിന്റെ പരിണാമവാദവും നിഷ്കൃഷ്ടവും ശാസ്ത്രീയവും ആയ ചരിത്രപഠനവും പുരോഗതി എന്ന ആശയം അദ്ദേഹത്തിൽ രൂഢമൂലമാക്കി. ഫ്രേസർ, മലിനോവ്സ്കി, മീഡ് എന്നിവർ വികസിപ്പിച്ച നരവംശപഠനം നരവംശങ്ങളുടെ തുല്യതയും നാഗരികതയിലെ പ്രാകൃതത്വങ്ങളും കേസരിയെ ബോധ്യപ്പെടുത്തി. ഫ്രോയ്ഡിന്റെയും അനുചരന്മാരുടെയും മാനസികാപഗ്രഥനം വികാരങ്ങളുടെ, ജന്മവാസനകളുടെ, പരമമായ ശക്തിയും പ്രാധാന്യവും സ്ഥാപിക്കുകയും യുക്തി എത്രമേൽ അയുക്തികമാണ് എന്നു തെളിയിക്കുകയും മഹത്വങ്ങൾക്കും മഹാന്മാർക്കും പിന്നിലുള്ള മോട്ടിവേഷൻ വെളിച്ചെത്തുകൊണ്ടുവരികയും ചെയ്തു. മറ്റൊരു വഴിക്ക് വാട്സന്റെയും ഏറെക്കുറെ പാവ്ലോവിന്റെയും ബിഹേവിയറിസ്റ്റുസിദ്ധാന്തങ്ങളുടെ വ്യക്തിത്വം മിഥ്യയാണെന്നു വാദിക്കുകയും വ്യക്തിയേയും സമൂഹത്തെയും ഇച്ഛപോലെ വാർത്തെടുക്കാമെന്നു പരീക്ഷണശാലകളിൽ വെച്ച് കാണിക്കുകയും ചെയ്തു. ദാരിദ്ര്യം അനിവാര്യമോ വിധികല്പിതമോ അല്ല എന്നും തൊഴിലും തൊഴിലാളിയുമാണ് സാമൂഹ്യോല്പാദനത്തിന്റേയും സമൂഹത്തിന്റെ ആണിക്കല്ലെന്ന് സർവകലാശാലാ പ്രൊഫസർമാരൊഴികെയുള്ള എല്ലാവരെയും മാർക്സ് ബോധ്യപ്പെടുത്തി. ഐൻസ്റ്റൈന്റെ സാപേക്ഷതാവാദം, പ്രപഞ്ചം തന്നെ ആപേക്ഷികമാനമായിരിക്കേ പ്രപഞ്ചത്തിലെ ഒരു നിസ്സാര പ്രതിഭാസം മാത്രമായ മനുഷ്യന്റെ നിയമങ്ങളും ജീവിത കലാമൂല്യങ്ങളും ശാശ്വതമാണെന്ന വാദം ബഡായിയാകാനേ തരമുള്ളൂ എന്ന് ഓർമ്മിപ്പിച്ചു.

ലോകം എന്നും ഇങ്ങനെയായിരുന്നു എന്ന ആർഷചിന്തയുടെ സ്ഥാനത്ത് ലോകം ഒരിക്കലും ഇങ്ങനെയായിരുന്നില്ല എന്ന വിപ്ലവകരമായ അറിവും ഉടലെടുത്തു. ഇതോടൊപ്പം മനുഷ്യന്റെ തലയിലെഴുത്തു മാറ്റാവുന്നതാണെന്നും ജീവിതപുരോഗതിക്ക് പ്ലാനിങ്ങ് സാദ്ധ്യമാണെന്നും വന്നതോടെ പത്തൊമ്പതാം ശതകത്തിന്റെ ആരംഭത്തോട്ടുകൂടി

തന്നെ ഫ്രാൻസിൽ എവിടെയോവെച്ച് വിധി കൊല്ലപ്പെട്ടുകയും ചെയ്തു.

1935-കാലത്ത് നവലോകം എഴുതിക്കൊണ്ടിരുന്നപ്പോൾ ബാലകൃഷ്ണ പിള്ളയുടെ മാനസികാന്തരീക്ഷത്തെ ഭരിച്ചുകൊണ്ടിരുന്ന നവലോകം ഇതാകുന്നു. അദ്ദേഹം എഴുതി:

"ഇന്നു സൃഷ്ടിയിലിരിക്കുന്ന നവലോകത്തിന്റെ രൂപവൽക്കരണത്തിൽ കലയ്ക്കും പല വിലയേറിയ സഹായങ്ങൾ ചെയ്യുവാൻ കഴിയും. ഈ നവലോകത്തിന്റെ സൃഷ്ടിയിൽ പാശ്ചാത്യലോകം എന്തെല്ലാം ചെയ്ത് അതിനെ സഹായിക്കുന്നു എന്നു കേരളീയർ മനസ്സിലാക്കിയാൽ മാത്രമേ അവർക്കും അതിനെ യഥാശക്തി സഹായിക്കുവാൻ കഴിയൂ. ഇതിനുള്ള പ്രതിബന്ധം മാമൂൽപ്രതിപത്തിയും പരിവർത്തനത്തോടുള്ള വൈമുഖ്യവുമാണ്.''

ഈ മാമൂൽപ്രതിപത്തിയും പരിവർത്തനത്തോടുള്ള വൈമുഖ്യവും ഒരു വർഗ്ഗസ്വഭാവം പോലെ ഭാരതീയരെ തടഞ്ഞുനിർത്തിക്കൊണ്ടിരിക്കുന്നു. ഭാരതീയ സംസ്കാരം വിശ്വോത്തരമാണ് എന്ന കൂപമണ്ഡൂകന്യായമത്രേ ഇതിനൊരു കാരണം. ഭാരതീയരുടെ ഏറിയ ആധ്യാത്മികതയും കർമ്മവിമുഖതയും സാമൂഹ്യപരിവർത്തനത്തിൽ അവർക്കുള്ള മറ്റു തടസ്സങ്ങളാകുന്നു. ഈ ആധ്യാത്മികതയെ അതിശയോക്തിപരമായ ഭൗതികത കൊണ്ടും കർമ്മ വിമുഖതയെ കഠിനമായ ശകാരംകൊണ്ടും തകർത്താൽ മാത്രമേ കേരളത്തിനും ഇന്ത്യയ്ക്കും മേൽഗതിയുള്ളൂ എന്നു ബാലകൃഷ്ണപിള്ള കണ്ടു. സാർവലൗകികമായ ചരിത്രപഠനവും മനുഷ്യവർഗൈക്യസ്ഥാപനവും ഭാരതീയന്റെ സംസ്കാരഗർവ്വം മുടിക്കാൻ ഉതകുമെങ്കിലും സുന്ദരകലകളെപ്പോലെ ക്ഷിപ്രവും സാർവജനീനവുമായ ഫലം നൽകുവാൻ ചരിത്രബോധത്തിനു കഴിയുകയില്ല. കേരളീയരായ കലാകാരന്മാർക്ക് അവരുടെ കർത്തവ്യത്തെക്കുറിച്ച് ബോധമുണ്ടാവാതിരിക്കുവാനുള്ള ഒരു കാരണം അവരുടെ പുറത്തു വെച്ചുകെട്ടിയിട്ടുള്ള ആനന്ദവാദാദി ഇരുമ്പുലക്കകളാകുന്നു. ചരിത്രപഠനത്തിന്റെ കുറവുകൊണ്ടാണ് ഇങ്ങനെ സംഭവിക്കുന്നത്. ആനന്ദവാദക്കാർക്കുള്ള മറുപടി ഒരിക്കൽ കേസരി ഡോ. എസ്.കെ നായരെ ഏല്പിക്കുകയുണ്ടായി. കലാചിന്തകൾ എന്ന ഗ്രന്ഥത്തിന്റെ നിരൂപണത്തിൽ കേസരി എഴുതി:''പണ്ടുള്ള കലാകാരന്മാരിൽ കലാവ്യവസായം നടത്തിയിട്ടില്ലെന്നു പറയുകയും മറ്റൊരു വഴിയുമില്ലെങ്കിൽ ഓടക്കുഴൽകൊണ്ടു തീയൂതി കഞ്ഞിവെച്ചു കൊള്ളൂ എന്ന് ഔദാര്യപൂർവം അനുവദിക്കുകയും, കലാപ്രയോജനം എന്ന, ഒന്നാം ഉപന്യാസത്തിൽ ഗ്രന്ഥകാരൻ ചെയ്തിരിക്കുന്നു. കലാചരിത്രജ്ഞാനത്തിന്റെ കുറവാണ് ഇത് കാണിക്കുന്നത്. ചരിത്രാതീതകാലത്തെ ബാബിലോണിയക്കാർ വേയ് ചെടിയെ

വീടുണ്ടാക്കുന്നതിനും തീയൂതുന്നതിനും ഓടക്കുഴലുണ്ടാക്കുന്നതിനും ഉപയോഗിച്ചിരുന്നു. സരസ്വതീദേവി ജനിച്ചത് മനുഷ്യരെക്കൊണ്ട് കഷ്ടപ്പാടുകളും ആപദ്ശങ്കകളും വിസ്മരിപ്പിക്കുവാനാണ് എന്നുപറഞ്ഞ ബി.സി. എട്ടാം ശതകത്തിലെ ഗ്രീക്കു കവി ഹെസിയോഡ് തന്നെ ദൈനംദിനജീവിതത്തിനുതകുന്ന സാമ്പത്തികവും രാഷ്ട്രീയവും ധാർമ്മികവുമായ തത്ത്വങ്ങളെ പ്രതിപാദിക്കുന്ന 'വേലകളും ദിവസങ്ങളും' എന്ന കാവ്യവും ലോകത്തിന്റെയും ദേവന്മാരുടെയും ഉത്ഭവം പ്രതിപാദിക്കുന്ന മറ്റൊന്നും രചിക്കുകയും ചെയ്തിരിക്കുന്നു.2''

പുരോഗതി

കലയുടെ പ്രയോജനം സാമൂഹ്യപുരോഗതിയാണ് എന്നും കല ജീവിതത്തെപ്പോലെ പുരോഗമിച്ചുകൊണ്ടേയിരിക്കുന്നു എന്നും ഉള്ള വാദമാണ് ശാശ്വതമൂല്യക്കാരെയും ശുദ്ധകലാവാദികളെയും എന്നും ചൊടിപ്പിച്ചുപോന്നിട്ടുള്ളത്. ഏറ്റവും ബുദ്ധിശാലികളായ ചരിത്രപണ്ഡിതന്മാർക്കിടയിൽപോലും, ചരിത്രഗതി സമതലത്തിൽക്കൂടിയുള്ള ഒരു പ്രവാഹമായി മാത്രം കാണുന്നവർക്കാണ്, പുരോഗതിയിൽ വിശ്വസിക്കുന്നവർക്കല്ല പ്രാബല്യമുള്ളതും. കാലത്തിന്റെ ഒഴുക്കിനനുസരിച്ചു നീങ്ങുന്ന മനുഷ്യകഥയല്ല യഥാർത്ഥചരിത്രമെന്നും പിന്നെയോ, അതിന്റെ സ്ക്രൂ സദൃശമായ ഉയർച്ചയാണ് എന്നും കേസരി സ്പഷ്ടമാക്കിയിട്ടുള്ളത്. ഈ വാദത്തെ പിന്നീട് 'പിരിയൻ കോവണിവാദം' എന്ന പേരിൽ സി.ജെ.തോമസ് അവതരിപ്പിക്കുകയുണ്ടായി. "പ്രാചീനശിലായുഗം മുതൽക്കുള്ള ഗവേഷണങ്ങൾ, കല ഉപയോഗകരമായ ഒരു വസ്തുവിനെ കൗശലപൂർവം നിർമ്മിക്കുന്ന ഒരു സാമുദായിക പ്രവർത്തനമാണ് എന്നു സ്ഥാപിച്ചിട്ടുണ്ട്... കല ഒരു സാമുദായികപ്രവർത്തനമാകയാൽ സമുദായത്തിൽ വന്നുകൊണ്ടിരിക്കുന്ന ഓരോ പരിവർത്തനവും അതിനു മുമ്പുണ്ടായിരുന്ന സ്ഥിതിയെക്കാളധികം പുരോഗമനാത്മകമായിരിക്കുകയും ചെയ്യും. വ്യക്തിക്കും സമുദായത്തിനും തമ്മിലുള്ള പരിണാമവേഗഭേദം കുറച്ച് വ്യക്തിക്കു സുഖമുണ്ടാക്കിക്കൊടുക്കുന്നതിനെയാണ് പുരോഗതി എന്നു പേരിട്ടിട്ടുള്ളത്.3''

എത്രയും വേഗം ഇല്ലായ്മ ചെയ്യേണ്ടതായ ഈ പരിണാമവേഗഭേദമാണ് ഇടപ്പള്ളിയുടെ ആത്മഹത്യക്കും ചങ്ങമ്പുഴയുടെ ഇഞ്ചിഞ്ചായുള്ള ആത്മഹത്യക്കും കാരണമായിത്തീർന്നത്. ഈ കാര്യത്തിന്റെ കാതൽ ചങ്ങമ്പുഴയുടെ തത്ത്വശാസ്ത്രത്തെ കുറിച്ചെഴുതിയ ഒരു വാക്യത്തിൽ എ.ബി ഒതുക്കിയിട്ടുണ്ട്. "ഓരോരുത്തനും അവനവന്റെ കഴിവിനനുസരിച്ച് വികസിക്കുവാൻ ഇന്നത്തെ സമുദായം അനുവദിക്കുന്നില്ല എന്നതാണ് ഈ (ചങ്ങമ്പുഴയുടെ) തത്വശാസ്ത്രം. ഇതിനെപ്പറ്റിയുള്ള

വിലാപങ്ങളും ആക്ഷേപങ്ങളുമാണ് അദ്ദേഹത്തിന്റെ കവിതകളിൽ ഭൂരിഭാഗവത്തിലും അടങ്ങിയിട്ടുള്ളത്.4''

വരാനിരിക്കുന്ന സാർവലൗകികമോ ഏകകഭൂഖണ്ഡാത്മകമോ ആയ സമുദായങ്ങൾക്കാവശ്യമായ മാനസികാന്തരീക്ഷം ഒരുക്കുകയും വിപ്ലവത്തിനു പ്രചോദനം നൽകുകയുമാണ് സാഹിത്യത്തിന്റെ തൽക്കാല കർത്തവ്യമെന്ന് ബാലകൃഷ്ണപിള്ള കരുതിയിരുന്നു. സാഹിത്യം എന്നതുപോലെ സാഹിത്യചരിത്രത്തിന്റെയും മനുഷ്യചരിത്രത്തിന്റെയും വിശദപഠനവും ഈ അന്തരീക്ഷത്തിന് ആവശ്യമാണ്. ബാലകൃഷ്ണപിള്ളയുടെ കേരളീയചരിത്രഗവേഷണത്തിന്റെയും സാഹിത്യചരിത്രഗവേഷണത്തിന്റെയും അർത്ഥവും ഇതുതന്നെയാകുന്നു.

ഒരു സാഹിത്യസൃഷ്ടി ഒരേസമയം ഒരു വ്യക്തിയുടെയും ഒരു സമുദായത്തിന്റെയും ഉദ്ഗമമാകയാൽ വ്യക്തിചരിത്രം അഥവാ ജീവചരിത്രത്തിന്റെയും സമുദായചരിത്രം അഥവാ ലോകചരിത്രത്തിന്റെയും അറിവ് ആ കൃതിയെ പൂർണ്ണമായി മനസ്സിലാക്കുവാൻ ആവശ്യമാണ് എന്നു ബാലകൃഷ്ണപിള്ള വിശ്വസിച്ചിരുന്നു. കാളിദാസന്റെയും ജി.ശങ്കരക്കുറുപ്പിന്റെയും ചങ്ങമ്പുഴയുടെയും ബഷീറിന്റെയും കൃതികളെ ഈ വെളിച്ചത്തിലും അർത്ഥത്തിലും ആണ് കേസരി വ്യാഖ്യാനിക്കുകയും വിമർശിക്കുകയും ചെയ്തുപോന്നിട്ടുള്ളത്. മലയാളത്തിലെ സാമൂഹ്യവും ജീവചരിത്രപരവുമായ നിരൂപണത്തിന്റെ ഹേതുവും കാര്യവും യഥാർത്ഥത്തിൽ കേസരിയുടെ നിരൂപണപദ്ധതി തന്നെയാകുന്നു.

"സ്ഥലകാലങ്ങളടങ്ങിയ പരിതഃസ്ഥിതിയുടെ ചെറിയതോതിൽ നരവംശവും കൂടിച്ചേർന്നു സൃഷ്ടിക്കുന്നതാണ് മനുഷ്യമനസ്സ്. ഇതുകാരണം സ്ഥലകാലങ്ങൾക്കു സൂക്ഷ്മതയില്ലെങ്കിൽ മനുഷ്യന്റെ ചിത്തവൃത്തിയുടെ ഗതി ശരിയായി ഗ്രഹിക്കുവാൻ സാധിക്കുന്നതല്ല. ഒരു മനുഷ്യനായ കവിയുടെ കൃതികൾ സ്ഥലകാലങ്ങളെ സൂക്ഷ്മമാക്കാതെ പഠിക്കുന്നതായാൽ അതിന്റെ ഫലം സത്യത്തിൽനിന്നു വളരെ അകന്നേ നിൽക്കുകയുള്ളൂ." 5

കാളിദാസന്റെ കാലത്തെക്കുറിച്ചു മാത്രമല്ല ശബ്ദങ്ങൾ, ബാല്യകാലസഖി, അനർഘനിമിഷം, മണിനാദം, സ്പന്ദിക്കുന്ന അസ്ഥിമാടം, ചണ്ഡാലഭിക്ഷുകി എന്നീ കൃതികളെക്കുറിച്ചും സാമാന്യമായി ഈ അസ്വസ്ഥയുഗത്തിന്റെ സമഗ്രസാഹിത്യത്തെക്കുറിച്ചും നമുക്കു കിട്ടിയിട്ടുള്ള ഉൾക്കാഴ്ചയിലധികവും, ഒലിയായോ മാറ്റൊലിയായോ, ബാലകൃഷ്ണപിള്ളയുടെ നിരൂപണപദ്ധതിയിൽനിന്നാണ് എന്നു ഞാൻ കരുതുന്നു.

ഫ്യൂച്ചറിസം

നവലോക സൃഷ്ടിക്ക് അനുയോജ്യമായ മാനസികകാലാവസ്ഥ സൃഷ്ടിക്കുവാൻ പഴയ ബിംബങ്ങളെയെല്ലാം തകർക്കുവാൻ ഉദ്യുക്തമായ ഒരു ഫ്യൂച്ചറിസ്റ്റ് പഴമകൊല്ലിപ്രസ്ഥാനം കേരളത്തിലാരംഭിക്കേണ്ടതാണെന്നു കേസരി ദീർഘദർശനം ചെയ്തിരുന്നു.

"ഇറ്റലിയെപോലെ പഴയ സാധനങ്ങളുടെ ഒരു കാഴ്ചബംഗ്ലാവായ ഇന്ത്യയിലും ഒരു ഫ്യൂച്ചറിസ്റ്റ് പ്രസ്ഥാനം ഉണ്ടാകേണ്ടതിന്റെ ആവശ്യം സുവ്യക്തമാകുന്നുണ്ടല്ലോ. ഭൂതകാലത്തോടും പഴയതിനോടുമുള്ള വെറുപ്പ്, സമകാലീന ജീവിതത്തിലെ സംഗതികളെ മാത്രമേ കലയുടെ വിഷയമാക്കുകയുള്ളൂ എന്ന നിഷ്ഠ, വിപ്ലവമനസ്ഥിതി എന്നിവയിൽ മാത്രമേ ഭാരതീയ ഫ്യൂച്ചറിസത്തിനു സ്ഥാനമുണ്ടായിരിക്കാവൂ6എന്നു ചൂണ്ടിക്കാണിച്ചതിനുശേഷം നമ്മുടെ ഫ്യൂച്ചറിസത്തിന്റെ സാങ്കേതികരീതി യൂറോപ്പിലേതുപോലെ, റിയലിസത്തിന്റെ നിഷേധമായിരിക്കരുതെന്നും റിയലിസം തന്നെയായിരിക്കണമെന്നും നിർദ്ദേശിക്കുകയുണ്ടായി. കാൽ നൂറ്റാണ്ടിനുശേഷം കേരളത്തിൽ വേണ്ടത്ര റിയലിസം വന്നുകഴിഞ്ഞപ്പോൾ, ഈ ആശയം, മറ്റൊരു നിരൂപകൻ പതിവുപോലെ അകാലികമായി, പലവുരു ആവർത്തിക്കുകയും ചെയ്തു.

കേരളത്തിലെ ഫ്യൂച്ചറിസ്റ്റ് പ്രസ്ഥാനത്തിന്റെ ഘടകങ്ങൾ ആര്യദൈവപൂജ, അഥവാ തേവർവാഴ്ത്തി പ്രസ്ഥാനം, ദേവഭാഷാപൂജ, പദ്യകവിതാപൂജ, ആർഷധർമ്മപൂജ, വൃദ്ധപൂജ എന്നിവയൊക്കെ അവസാനിപ്പിക്കുകയും യുവത്വത്തിന്റെയും സാഹസത്തിന്റെയും സർവപ്രാധാന്യം ഊന്നിപ്പറയുകയും ചെയ്യുകയാണ് എന്നു കേസരി 1925 മുതൽക്കുപോലും വിശ്വസിക്കുകകയും ഉദാഹരിക്കുകയും ചെയ്തുപോന്നു.

1935 മെയ് 15-ാം തീയ്യതി കേസരിയിൽ എ.ബി എഴുതി: "എന്നാൽ തുഞ്ചന്റെ ഛായാമുദ്രയും കാവിഖദർ വസ്ത്രവും ധരിച്ചുകൊണ്ട് സാധാരണ ജനങ്ങളിൽനിന്നു പണം പിരിക്കാൻ പോകണമെന്നുള്ള വള്ളത്തോളിന്റെ നിർദ്ദേശത്തിൽ, തുഞ്ചന്റെ മുദ്രധരിക്കുന്നതും കാവിഖദർ ധരിക്കുന്നതുമായ ഭാഗത്തോട് ഞങ്ങൾ യോജിക്കുന്നില്ല. യുവജനങ്ങൾ തുടങ്ങുന്ന നവസാഹിത്യത്തിനു ദേശീയത്വം ഉണ്ടായിരിക്കാൻ പാടില്ലായ്കയാൽ ദേശീയമനസ്ഥിതിയുടെ അടയാളമായിത്തീർന്നിട്ടുള്ള ഖദറും വർജ്ജ്യമാണ്.7"

സാദൃശ്യാത്മകമായ ജീവിതപഠനത്തിനും സാഹിത്യപഠനത്തിനും പഴമയുടെ താല്കാലികമായ ഉച്ചാടനം അനിവാര്യമായ ആവശ്യമാണ് എന്നും സാഹിത്യകാരന്റെ ആദ്യത്തെ ലക്ഷ്യം ഇതായിരിക്കണമെന്നും എ.ബി അന്നുതന്നെ കണ്ടെത്തിയിരുന്നു. സാർവത്രികവും

താൽക്കാലികവുമായ ഭൂതകാലനിഷേധത്തിൽക്കൂടി മാത്രമേ സുപ്തമായ ഭാരതീയചേതനയെ ഉണർത്തുവാൻ കഴിയൂ. അതുകൊണ്ട് മുമ്പുദ്ധരിച്ച മുഖപ്രസംഗത്തിൽ തന്നെ കേസരി ഇങ്ങനെ എഴുതി:

"ദൈവം മനുഷ്യസൃഷ്ടിയാണ് എന്നും പിതൃവാത്സല്യം കൃത്രിമമാണ് എന്നും ഈഡിപ്പസ് കോംപ്ലക്സ് നിമിത്തം പിതൃപുത്രവൈരം ജനിക്കുന്നു എന്നും കുടുംബജീവിതവും വിവാഹവും മർദ്ദിതലക്ഷങ്ങളെ അടക്കിവെച്ചുകൊണ്ടുപോകാൻ മാത്രം ഉപകരിക്കുന്നതും സന്താനങ്ങളെ കൊള്ളരുതാത്തവരാക്കാൻ സഹായിക്കുന്നതും മാത്രമാണെന്നും മറ്റുമുള്ള നരവംശശാസ്ത്രത്തിന്റെയും കണ്ടുപിടുത്തങ്ങൾ ഇന്നുണ്ടായിരുന്ന സ്ഥിതിക്ക് പിതൃഭക്തനും ഏകഭാര്യവ്രതക്കാരനും വൈദികരുടെ അടിമയും ഭാര്യയെ മോഷ്ടിച്ചുകൊണ്ടുപോയ രാജാവിന്റെ നിരപരാധികളായ പ്രജകളെ നിഹനിച്ചു നശിപ്പിച്ചവനുമായ രാമനെ ശ്രീ.വള്ളത്തോൾ എന്തുപറഞ്ഞാലും അടുത്ത ഭാവിയിലെ ഭാരതീയയുവാക്കാൾ മാതൃകാപുരുഷനും മാർഗ്ഗദർശിയുമായി സ്വീകരിക്കുകയില്ലതന്നെ."

എല്ലാ കിഴക്കൻമതങ്ങളുടെയും പ്രത്യേകിച്ച് ഭാരതീയധർമ്മത്തിന്റെയും ഒരു മുഖ്യഘടകം അവയിലെ വൃദ്ധപൂജയാണ്. വൃദ്ധപൂജ അവസാനിപ്പിക്കുകയും പുതിയ തലമുറയ്ക്ക് വളരുവാൻ ചോലയില്ലാത്ത പറമ്പുകൾ സൃഷ്ടിക്കുകയും ചെയ്യുക എന്നത്, അതുകൊണ്ട് കേസരിപ്പത്രത്തിന്റെ കാലത്തുതന്നെ ബാലകൃഷ്ണപിള്ളയുടെ ഒരു ലക്ഷ്യമായിരുന്നു. തലശ്ശേരി യുവജനസാഹിത്യസമ്മേളനത്തിലെ അധ്യക്ഷന്മാരുടെ തണുപ്പൻ പ്രസംഗങ്ങളെ വിമർശിച്ചുകൊണ്ട് കേസരി എഴുതി:

"പഴയതിനെ നശിപ്പിക്കുന്നതിനായി യുവജനങ്ങൾക്ക് തൽക്കാലം പൂർണ്ണസ്വാതന്ത്ര്യം അനുവദിച്ചുകൊടുത്തത്, ആ നശീകരണവേല തീരാറാകുമ്പോൾ മുതൽക്ക് അവർ നിയന്ത്രണത്തിനധീനരായി നിർമ്മാണപരമായ വേല തുടങ്ങണമെന്ന് ഉപദേശിക്കുകയുമായിരുന്നു പ്രസ്തുത അധ്യക്ഷൻ ചെയ്യേണ്ടിയിരുന്നത്,8" പഴമയെ തകർക്കണമെങ്കിൽ പഴമയ്ക്ക് ഞെടിയായി നിൽക്കുന്ന കമ്പുകളും മരങ്ങളും പിഴുതുകളയണമെന്ന്, വേണ്ടപ്പോൾ വ്യക്തികളെത്തന്നെ വിമർശിച്ചിരുത്തണമെന്ന് ബാലകൃഷ്ണപിള്ള വിശ്വസിച്ചിരുന്നു. സുരക്ഷിതമായ അധ്യക്ഷവേദിയിൽ കയറിയിരുന്നു ചെറുപ്പക്കാരെ വിമർശിച്ച 'സാഹിത്യപഞ്ചാനനെ' സാഹിത്യജംബൂകം എന്നു മുഖത്തു തുപ്പി പറയുവാൻ കേസരിക്കേ കഴിയുമായിരുന്നുള്ളൂ. എന്നിട്ട്, നമ്മുടെ നാട്ടിലെ ഒരു നിരൂപകനും ചെയ്യാത്ത രീതിയിൽ ഇങ്ങനെയുമെഴുതി: "ഇത്തരം കൊട്ടുകൾ കൊണ്ടാൽമാത്രമേ പി.കെയുടെ ദൂഷ്യങ്ങൾ മാഞ്ഞ് അദ്ദേഹത്തിന്റെ ഗുണങ്ങൾ തിളങ്ങുകയുള്ളൂ."

പറഞ്ഞു പഠിപ്പിച്ച തത്തകളെക്കൊണ്ട് സ്തുതിഗീതം പാടിക്കുന്ന സാഹിത്യത്തിലെ അപ്സേത്തസ് എന്നും കുണ്ടുകിണറ്റിലെ തവളക്കുഞ്ഞ് എന്നും താൻ പ്രശംസിച്ചിട്ടുള്ള അപ്പൻ തമ്പുരാൻ, യാഥാസ്ഥിതികസാമ്രാട്ടായ ഉള്ളൂർ, കലാമണ്ഡലത്തിന്റെ ഏകച്ഛത്രാധിപതിയും 'തോന്ന്യാസഭരണ'ക്കാരനുമായ വള്ളത്തോൾ എന്നിവരെക്കുറിച്ചും ഇത്രയും വീറോടെതന്നെ കേസരി വിമർശനങ്ങൾ എഴുതിപ്പോന്നിട്ടുണ്ട്. ഈ വിഗ്രഹഭഞ്ജനങ്ങളെ വ്യക്തിവിദ്വേഷമായി കാണാതിരിക്കുകയും അവയുടെ സാമൂഹ്യലക്ഷ്യവും ശാസ്ത്രീയാടിസ്ഥാനവും അറിയുകയും ചെയ്യുമ്പോൾ മാത്രമേ കേസരിയുടെ നിരൂപണത്തിന്റെ ഗാംഭീര്യം സ്പഷ്ടമാകുകയുള്ളൂ.

"ജീവിച്ചിരിക്കുന്ന കവികളെക്കുറിച്ചു മോങ്ക്ഹൗസ് ചൂണ്ടിക്കാണിച്ചിട്ടുള്ള ഈ വൈഷമ്യം (സ്ഥാപിത വിഗ്രഹങ്ങളുടെ ആധിക്യം) ജീവിച്ചിരിക്കുന്ന ചെറുപ്പക്കാരായ കവികളും ജീവിച്ചിരിക്കുന്ന, പേരെടുത്ത ഏതാനും വൃദ്ധകവികളും തമ്മിലുള്ള ബന്ധത്തെ ആസ്പദിച്ചും, വാസ്തവത്തിൽ എവിടെയും പ്രത്യേകിച്ച് യാഥാസ്ഥിതികത്വം മികച്ച കേരളത്തിലും കാണാം. വൃദ്ധന്മാർക്ക് ദീർഘജീവിതം നൽകുവാൻ ഉതകുന്ന ജറണ്ടോളജി അഥവാ ജറിയാടിക്സ് എന്ന പുതിയ ശാസ്ത്രത്തിന്റെ സ്ഥാപനം നിമിത്തം അടുത്തുതന്നെ ഈ വൈഷമ്യം മൂർധന്യാവസ്ഥയെ പ്രാപിക്കുന്നതാണ്. അതുകൊണ്ട് കവികളെപ്പറ്റിയുള്ള നമ്മുടെ വീക്ഷണകോടിയും അദ്വൈതതത്ത്വജ്ഞാനവും മാറ്റിയേ മതിയാകൂ.9"

"നാല്പതു വയസ്സു മുതൽക്ക് സാഹിത്യനിർമ്മാണശേഷി കുറഞ്ഞുവരുമെന്നുള്ള ഡൊണാൾഡ്സെന്റെ കണ്ടുപിടുത്തത്തെ നവീനഗവേഷകന്മാർ പിൻതാങ്ങിയിട്ടുണ്ട്. ദ്രുതഗതിയിലുള്ള ഇന്നത്തെ സമുദായപരിവർത്തനം അതിവേഗം മനസ്സിലാക്കുവാനുള്ള ശക്തി യുവാക്കൾക്കു മാത്രമേയുള്ളൂ. ഇതുനിമിത്തം യുവസാഹിത്യകാരന്മാർ വേണം നമ്മെ നയിക്കേണ്ടതും.10"

ഈ യുവസാഹിത്യകാരന്മാർ സംസ്കൃതസാഹിത്യത്തിന്റെ വഴിക്കല്ല, അധികമധികം പാശ്ചാത്യസാഹിത്യത്തിന്റെ വഴിക്കാണ് പോകേണ്ടത് എന്നും വൈകുണ്ഠം പടിഞ്ഞാറുമാറ്റി സ്ഥാപിക്കപ്പെട്ടിരിക്കുന്നു എന്നും എ.ബി തുടക്കം മുതലേ ഉപദേശിച്ചുപോന്നിട്ടുണ്ട്.

"സംസ്കൃതത്തെ മാത്രം ആശ്രയിക്കുന്നതായാൽ ഭാഷയ്ക്ക് യാതൊരു മേൽശക്തിയും ഉണ്ടാകുന്നതല്ല. പാശ്ചാത്യസാഹിത്യങ്ങളെ നമുക്കു ധാരാളമായി ഉപയോഗപ്പെടുത്തേണ്ടു കടമയുണ്ട്. അതുപോലെ പ്രാചീന കേരളീയപരിഷ്കാരത്തെ, ഭാഷാസാഹിത്യത്തിന്റെ തന്മയത്വത്തെ പുരസ്കരിച്ച് വിഗണിക്കുവാൻ പാടില്ല.11"

പക്ഷേ, മുപ്പത്തഞ്ചു വർഷത്തിനുശേഷം ഇന്നും ഇവിടെ പലർക്കും പാശ്ചാത്യസാഹിത്യം ഇംഗ്ലീഷ് സാഹിത്യം മാത്രമാകുന്നു. യജമാനഭാഷയോട് അടിമയ്ക്കുള്ള ആരാധനാഭാവമാണ് നമുക്കെന്നും ആ ഭാഷയോട് ഉണ്ടായിരുന്നിട്ടുള്ളതും. ബാലകൃഷ്ണപിള്ളയുടെ നിരൂപണപദ്ധതിയുടെ അടിസ്ഥാനം ഭാവനാസമത്വവും സാംസ്കാരികസാഹോദര്യവും ആയിരുന്നു. ഒരെഴുത്തുകാരൻ പാശ്ചാത്യനാണ് എന്നതുകൊണ്ടുമാത്രം കേരളീയനെക്കാൾ ബഹുമാന്യനാണ് എന്നോ മറിച്ചോ കേസരി കരുതിയിരുന്നില്ല. എങ്കിലും ഫ്രഞ്ച്, റഷ്യൻ, ജർമ്മൻ സാഹിത്യങ്ങളിൽക്കൂടി ഇംഗ്ലണ്ടിലേക്ക് പ്രവേശിച്ച നവലോകത്തിന്റെ കൊടുങ്കാറ്റിനു മാത്രമേ കേരളത്തെ ഉണർത്താൻ കഴിയൂ എന്നു കരുതുകയും ചെയ്തിരുന്നു.

"ഇംഗ്ലീഷു വിദ്യാഭ്യാസമുള്ള കേരളീയരുടെ ഇടയ്ക്കുപോലും ഇംഗ്ലീഷ് സാഹിത്യത്തേക്കാൾ കുറെക്കൂടി ലാവണ്യപൂർണവും വിപ്ലവകരവുമായ ഫ്രഞ്ച്, റഷ്യൻ മുതലായ ആംഗ്ലേയേതരസാഹിത്യത്തെക്കുറിച്ചു കാണുന്ന ഭീമമായ അജ്ഞതയും, മദ്രാസ് സർവകലാശാലക്കാരുടെ കേരളത്തിലെ ഇതര വിദ്യാഭ്യാസ സ്ഥാപനങ്ങളുടെയും ഇടയ്ക്കു പ്രചാരത്തിലിരിക്കുന്ന, പ്രാചീന സാഹിത്യകാരന്മാരെ ആരാധിക്കുന്നതും ആധുനിക സാഹിത്യകാരന്മാരെയും സമകാലീനസാഹിത്യകാരന്മാരെയും പുച്ഛിക്കുന്നതുമായ മനസ്ഥിതിയും മറ്റുമാകുന്നു(ശേഷിച്ച തടസ്സങ്ങൾ). ഈ പ്രതിബന്ധങ്ങൾ തട്ടിനീക്കുവാൻ കേരളീയർ ഉറ്റു ശ്രമിക്കേണ്ട കാലം വൈകിയിരിക്കുന്നു.12"

ഇന്നു ജീവിച്ചിരിക്കുന്നവരും ഇന്നലെ ജീവിച്ചിരിക്കേണ്ടവരുമായ ഏതാനും വൃദ്ധയുവാക്കളെ സൃഷ്ടിച്ചു വളർത്തിയെടുത്ത് നമ്മുടെ സർവകലാശാലകൾ കേസരിയുടെ ഈ ആക്ഷേപങ്ങളെ അതിജീവിച്ചുകഴിഞ്ഞു.

നവയുഗസൃഷ്ടി

കേസരിയുടെ പംക്തികളിൽക്കൂടി അഞ്ചുകൊല്ലക്കാലം ബാലകൃഷ്ണപിള്ള ചെയ്തുപോന്നത് തർജ്ജമയിൽക്കൂടിയും നിരൂപണങ്ങളിൽക്കൂടിയും യൂറോപ്യൻ ഗദ്യസാഹിത്യമാതൃകകൾ മലയാളികൾക്കു പരിചയപ്പെടുത്തുക എന്നതായിരുന്നു. കേസരിയുടെ ഗൃഹസദസ്സുകളും ഈ സാഹിത്യപ്രവർത്തനങ്ങളുമാണ് പിന്നീടുള്ള കാൽനൂറ്റാണ്ടുകാലം കൊണ്ടു വളർന്ന നമ്മുടെ നോവൽ, നാടക കഥാസാഹിത്യങ്ങളെ രൂപപ്പെടുത്തിയത്. പ്രേതങ്ങളും കാമുകനും ഫ്രഞ്ചുകഥകളും ഒരു സ്ത്രീയുടെ ജീവിതവും കലാശാലകളിലെ ക്ലാസ്സ്റൂമുകൾ പിടിച്ചടക്കാൻ വേണ്ടി പടച്ചിറക്കിയവയായിരുന്നില്ല. ഒരു തലമുറയുടെ സാഹിത്യാഭിരുചികളെ മുഴുവൻ നവീകരിക്കാൻ വേണ്ടി പരിഭാഷപ്പെടുത്തപ്പെട്ടവയായിരുന്നു.

ഔദ്യോഗികസ്ഥാപനങ്ങളും യാഥാസ്ഥിതികതയുടെ മറ്റു ദുർഗ്ഗങ്ങളും ഈ നവീനയത്നങ്ങളെ പ്രോത്സാഹിപ്പിക്കുകയില്ല എന്നും നശിപ്പിക്കാൻ ശ്രമിക്കുകയേ ഉള്ളൂ എന്നും എ.ബി മനസ്സിലാക്കുകയും ചെയ്തു.

"അധികാരികൾ, തങ്ങൾ ഇന്ന് ചരിത്രനോവലുകൾക്കും മറ്റും നടത്തിവരുന്ന പ്രോത്സാഹനം, സാമുദായികവിപ്ലവം ഭയന്ന്, ആ സമുദായനോവലെഴുത്തുകാർക്ക് നൽകാതെ അവരെ പട്ടിണിക്കിട്ടു പാഠം പഠിപ്പിക്കുമെന്നു പറയാം. ഈ സ്ഥിതിക്കു മാറ്റം വരാതെ സാക്ഷാൽ നോവലുകൾ ഭാഷയിൽ വളർന്നു വരുന്നതല്ല. ഭാഷയുടെ അതിനികൃഷ്ടമായ സ്ഥിതി നല്ലപോലെ മനസ്സിലായിരിക്കണം. ഇതിനുള്ള ഒരു ഉത്തമമാർഗ്ഗം ഇന്നത്തെ പാശ്ചാത്യനോവലുകൾ എത്രയധികം കലാപരമായ മേന്മയും വൈവിധ്യവും മറ്റും പ്രാപിച്ചിരിക്കുന്നു എന്ന് അവരെ മനസ്സിലാക്കുന്നതായിരിക്കും.13"

വർത്തമാനത്തെയും ഭാവിയെയും ഭയന്ന് ചരിത്രത്തിൽ അഭയം പ്രാപിക്കുന്ന രീതിയെ എന്നപോലെ സാർവലൗകികത്വത്തിനു ബദലായി ദേശീയ സാഹിത്യങ്ങളെ അനുകരിക്കുന്ന വ്യർത്ഥതയേയും എ.ബി ആക്ഷേപിച്ചു പോന്നിട്ടുണ്ട്. ആധുനിക ഭാരതീയസാഹിത്യം പാശ്ചാത്യസാഹിത്യത്തിന്റെ പകർപ്പാകയാൽ അതിനെ വീണ്ടും പിൻതുടരുന്നത് അനുകരണത്തിന്റെ അനുകരണമേ ആകൂ. ബംഗാളിനോവലുകളുടെ പിറകേ പോയിരുന്നവർ ഇതുതന്നെയാണ് ചെയ്തിരുന്നതും.

"പാശ്ചാത്യ സാഹിത്യകൃതികളുടെ മാതൃകകളെ അനുകരിക്കുന്ന പോക്കും അല്പം മന്ദീഭവച്ചിട്ടുള്ളതുപോലെ തോന്നുന്നു. ബംഗാളിയിലും ഹിന്ദിയിലുമുള്ള ഭ്രമമാണ് ഇതിനു കാരണമെന്നുപറയാം. ഇത് ഒരു പിന്നോക്കം പോകുന്ന വ്യതിചലനമാണ് എന്നുപറയാതെ ഗത്യന്തരമില്ല. വിശ്വവിഖ്യാതനായ ഒരു ചിത്രകാരന്റെ അസ്സൽചിത്രത്തെ പരിത്യജിച്ച് അതിന്റെ അച്ചടിപ്രതികൾ വാങ്ങിക്കുന്നതിനു തുല്യമാണിതെന്നു പറയാവുന്നതാണ്.14"

പദ്യവും ഗദ്യവും

ബാലകൃഷ്ണപിള്ളയുടെ ഫ്യൂച്ചറിസ്റ്റ് വിഗ്രഹധ്വംസനപ്രസ്ഥാനത്തിന്റെ ലളിതവും ധീരവുമായ മറ്റൊരു മുഖം പദ്യകവിതയോടുള്ള സമീപനത്തിൽ കാണാവുന്നതാണ്. അർച്ചകന്മാരെക്കാൾ പ്രവാചകന്മാർക്കും ഉപകാരികൾക്കും പ്രാധാന്യമുണ്ടായിരിക്കേണ്ട ആധുനിക കേരളീയ സാഹിത്യത്തിൽ പദ്യകവിതകളേക്കാൾ ശുദ്ധകാവ്യങ്ങൾക്കാണ് പ്രാധാന്യമുണ്ടായിരിക്കേണ്ടതെന്ന് എ.ബി വാദിച്ചു. 1930-മുതൽ '35-വരെ പലയിടത്തും അദ്ദേഹം ഇക്കാര്യം വാദിച്ചുറപ്പിച്ചിട്ടുണ്ട്. പദ്യകവിതകളുടെ

ഷഷ്ടിപൂർത്തിയാഘോഷത്തിൽ അകാലികമായി അവതരിപ്പിക്കുവാൻ ഈ വാദം നീട്ടിവെക്കുകയുണ്ടായില്ല. "ഒരു പ്രസ്ഥാനത്തിന്റെ വിജയത്തിന് നായകന്റെ വ്യക്തിപരമായ പക്ഷപാതങ്ങളും പകവീട്ടലുകളും ആപൽക്കരമായിരിക്കു"മെന്ന് മനസ്സിലാക്കിയ ഒരേ ഒരു കേരള നിരൂപകൻ ബാലകൃഷ്ണപിള്ളയായിരുന്നു എന്നതത്രേ ഇതിനു കാരണം.

"മറ്റെല്ലാത്തരം സാഹിത്യനിരൂപണങ്ങളെക്കാളുമധികം പ്രചാരമുള്ളതും ഇന്നത്തെ സ്ഥിതിക്കു യോജിക്കുന്നതുമായ സാഹിത്യരൂപം നോവലാണ്. എല്ലാ തരത്തിലുമുള്ള ജനങ്ങൾക്കും കൗതുകം ജനിപ്പിക്കുന്നതിനുള്ള ശക്തി ഇതര സാഹിത്യരൂപങ്ങളെക്കാൾ അധികമായി നോവലിനാണുള്ളതും," എന്നു പ്രസ്താവിച്ചിട്ട് എ.ബി ഡബ്ല്യൂ.എൽ.ജോർജ്ജിനെ ഇങ്ങനെ ഉദ്ധരിക്കുന്നു. "സാഹിത്യത്തിന്റെ ഏറ്റവും ഇളയ സന്താനമായ് നോവൽ (പിന്നീട് എം.പി. പോൾ ഇതുകൊണ്ടൊരു കടങ്കഥയുണ്ടാക്കി.) വളരെ കൗതുകവും പ്രാധാന്യവും ഇയന്ന ഒന്നാണ് എന്നാണെന്റെ അഭിപ്രായം. പദ്യകാവ്യം പോലും അതിനോട് മത്സരിച്ച് പരാജയപ്പെടുകയാണ് ചെയ്യുന്നത്. പദ്യരൂപം ഗദ്യരൂപത്തോട് തുല്യശക്തിയുള്ളതാണോ എന്നു ഞാൻ സംശയിക്കുന്നു.15"

ജനസമുദായങ്ങൾ തമ്മിലും, കലാരൂപങ്ങൾ തമ്മിലും പ്രസ്ഥാനങ്ങൾ തമ്മിലും താരതമ്യഭാവമില്ല എന്ന ആഴമേറിയ വിശ്വാസത്തിന്റെ ഒരു സവിശേഷഫലമായിരുന്നു ബാലകൃഷ്ണപിള്ളയുടെ ഈ ഗദ്യപദ്യചർച്ച. ചങ്ങമ്പുഴയെ ആദ്യമായി മഹാകവിയായി കണ്ടതും തകഴി, ദേവ്, ബഷീർ എന്നിവരെ യഥാർത്ഥ മഹാകവികളായി വിവരിച്ചതും കേസരിയായിരുന്നു എന്നനുസ്മരിക്കേണ്ടതാണ്. കേരളത്തിലെ പരാജയപ്രസ്ഥാനസ്ഥാപകർ, ചന്തുമേനോൻ, ഇടപ്പള്ളി, ചങ്ങമ്പുഴ, തകഴി എന്നീ മഹാകവികളാണെന്നും, മാനംനോക്കി പ്രസ്ഥാനം കൊണ്ടുവന്നു വികസിപ്പിച്ചവർ സി.വി, ആശാൻ, വള്ളത്തോൾ, ജി.ശങ്കരക്കുറുപ്പ് എന്നീ മഹാകവികളാണെന്നും, *കടത്തുവഞ്ചി*യുടെ അവതാരികയിൽ കേസരി പ്രസ്താവിച്ചത് ഒരു വലിയ തമാശയായേ നമ്മുടെ ആജന്മഗംഭീരന്മാർ കണക്കാക്കിയുള്ളൂ. എ.ബി എഴുതി:

"ഗദ്യവും കാവ്യവും തമ്മിലല്ല, ഗദ്യവും പദ്യവും തമ്മിലാണ് വ്യത്യാസമുള്ളത്. ഗദ്യത്തിൽ കാവ്യങ്ങളുണ്ടാകാം. ഇന്നത്തെ മാനദണ്ഡമനുസരിച്ച് ഒരു ജനതയുടെ സാഹിത്യത്തിനു വളർച്ച വരണമെങ്കിൽ അതിലെ പദ്യസാഹിത്യം മാത്രം വളർന്നാൽ പോരാ, ഗദ്യസാഹിത്യം കൂടി വളർന്നേ മതിയാകൂ.16" മലയാളത്തിലെ എന്നല്ല, ഏതു ഭാഷയിലേയും മഹാപ്രബന്ധങ്ങളിൽ കേസരി ഒരൊറ്റ ദീർഘരേഖ കൊണ്ട് ലോകനോവലിന്റെ സമകാലികരൂപങ്ങളെയും കർത്താക്കളെയും

പരിചയപ്പെടുത്തുകയുണ്ടായി. ഇതിനോടും രൂപമഞ്ജരിയോടും താരതമ്യപ്പെടുത്തുമ്പോൾ എം.പി.പോളിന്റെ പ്രസിദ്ധലക്ഷണ ഗ്രന്ഥങ്ങൾ യാഥാസ്ഥിതികങ്ങളായ നല്ല ടെക്സ്റ്റ്ബുക്കുകളേ ആകുന്നുള്ളൂ എന്നുപറയാം. എങ്ങനെ എഴുതാം എന്നുപറഞ്ഞുകൊടുക്കുകയല്ല, മറ്റുള്ളവർ എങ്ങനെ എഴുതി എന്നു കാണിച്ചു കൊടുക്കുകയാണ് കേസരിയുടെ സർഗ്ഗാത്മകനിരൂപണത്തിന്റെ സ്ഥായിയായ രീതി.

ഉദാരത

പഴയ ദേവന്മാരെയും പഴയ മനുഷ്യരെയും പഴയ വിശ്വാസങ്ങളെയും സാഹിത്യരൂപങ്ങളെയും പിഴുതെറിഞ്ഞതിനുശേഷം ഒരു നവയുഗ ലോകം വളർത്തുകയായിരുന്നു ബാലകൃഷ്ണപിള്ളയുടെ മൗലികലക്ഷ്യം എന്നു മുമ്പു പ്രസ്താവിച്ചിട്ടുണ്ട്. മാത്രമല്ല, ഫ്യൂച്ചറിസ്റ്റു സംഹാരത്തിനു ശേഷം അംഗീകരിക്കപ്പെടുന്ന പുതിയ മാർഗ്ഗം ഉദാരവും വിപ്ലവകരവും ആകുകയും വേണം. കേസരിയുടെ എല്ലാ നിരൂപണങ്ങൾക്കും വഴികാണിച്ചുതന്ന ഒരു മുഖ്യതത്ത്വമായിരുന്നു ഇത്. ഇന്നാരംഭിച്ചുകഴിഞ്ഞിരിക്കുന്ന കലിയുഗത്തിന്റെ ആവശ്യം ശുദ്ധ പുരോഗമനപ്രസ്ഥാനമാണ്. എങ്കിലും ഭാഷയുടെ ഇന്നത്തെ നിലയിൽ റൊമാന്റിക് മാനംനോക്കി മുതലായ പ്രസ്ഥാനഭേദങ്ങളും മറ്റും ഉൾക്കൊള്ളുമാറ് ഒരു ബൃഹദ്പുരോഗമനസാഹിത്യം ഉണ്ടായിരിക്കേണ്ടതാണെന്ന് കേസരി അഭിപ്രായപ്പെട്ടുപോകുന്നു. അദ്ദേഹം എല്ലാത്തരം അദ്വൈതമനഃസ്ഥിതികൾക്കും എതിരായിരുന്നു എന്നു നാം ഓർക്കേണ്ടതാണ്. നാനാപ്രശ്നങ്ങളും നാനാസ്വഭാവങ്ങളും ഉള്ള മനുഷ്യരിൽ നിന്ന് അനന്തമായ പ്രതികരണഭേദങ്ങൾ പ്രതീക്ഷിക്കാവുന്നതാണ്. കെ.അയ്യപ്പന്റെ മതംകൊല്ലി അഥവാ നാസ്തികപ്രസ്ഥാനം മുതൽ ചങ്ങമ്പുഴയുടെ പരാജയ, സ്വപ്ന (സർറിയലിസ) പ്രസ്ഥാനങ്ങൾ വരെ കേസരി ആധുനിക കവിതാപ്രസ്ഥാനങ്ങളായി അംഗീകരിച്ചിരുന്നു. ഭാവ(ആദർശ)പരമായ ഈ പ്രസ്ഥാനങ്ങൾക്കുപുറമെ രൂപപരമായ ഉപപ്രസ്ഥാനങ്ങളും (സിംബോളിസം, എക്സ്പ്രഷണിസം, ഇമേജിസം തുടങ്ങിയവ) നവസാഹിത്യത്തിൽ ഉണ്ടായിരിക്കണമെന്നു ചൂണ്ടിക്കാണിക്കുക മാത്രമല്ല സാഹിത്യനിരൂപണം ഈ പ്രസ്ഥാനങ്ങളെ മനസ്സിലാക്കിയും അടിസ്ഥാനമാക്കിയും ഉള്ളതായിരിക്കണം എന്നു നിർദ്ദേശിക്കുകയും കൂടി ചെയ്തു. നമ്മുടെ ക്ലാസിക് റൊമാന്റിക് നിരൂപകന്മാരാകട്ടെ, ചരിത്രപരമായ പരിചയക്കുറവുകൊണ്ട് പ്രസ്ഥാനാത്മകനിരൂപണത്തിന്റെ അർത്ഥമോ യുക്തിയോ ഒരിക്കലും ഉൾക്കൊള്ളുകയുണ്ടായില്ല. പഴയ ഇരുമ്പുലക്കകൾക്കു പകരം ഒരു സ്വർണ്ണ ഉലക്ക ഉണ്ടാക്കുക മാത്രമാണ് റൊമാന്റിക് നിരൂപകന്മാർ ചെയ്തത്. കലയെ, കാലത്തിലും

സ്ഥലത്തിലും പരന്നുകിടക്കുന്ന ഒരു മനുഷ്യമഹാപ്രയത്നമായിക്കാണുന്ന നിരൂപകന് അതിന്റെ അനന്തവൈവിധ്യത്തോടൊപ്പം യുഗവ്യക്തി ചേതനകളാൽ അതിനുണ്ടായിത്തീരുന്ന നിർണ്ണീതസ്വഭാവവും അംഗീകരിച്ചേ പറ്റൂ. ബാലകൃഷ്ണപിള്ള ഒരേസമയം കർക്കശനും ഉദാരനുമായ നിരൂപകനായിത്തോന്നാൻ ഇതുതന്നെ കാരണം.

പ്രസ്ഥാനപരമായ നിരൂപണം

ഒരു കലാപ്രസ്ഥാനം സ്വന്തവും നൂതനവുമായ ഒരു ജീവിതത്തിന്റെ വീക്ഷണകോടിയുടെ ഫലമാകയാൽ ഒരു മഹാപ്രതിഭയ്ക്കു മാത്രമേ അങ്ങനെയൊന്ന് ആരംഭിക്കുവാൻ കഴിയൂ. ഒരു ഉപപ്രസ്ഥാനം അഥവാ സാങ്കേതികപ്രസ്ഥാനം സൃഷ്ടിക്കുവാനും യഥാർത്ഥപ്രതിഭ ആവശ്യമാകുന്നു. സാഹിത്യകൃതികളുടെ നിർമ്മാണത്തിനാവശ്യമായതിനേക്കാൾ ഉയർന്ന തലത്തിലുള്ള, വിപ്ലവകരമായ, അനുഭവസംവിധാനത്തിനുള്ള കഴിവ് പ്രസ്ഥാനനായകന്മാർക്കുണ്ടായിരിക്കും. ഈ കഴിവിനെയാണ് കേസരി മഹാകവിത്വം എന്നു വിളിച്ചുപോന്നത്. ഓരോ പ്രസ്ഥാനത്തിനും വിഭിന്നലക്ഷ്യങ്ങളും വിഭിന്ന സാങ്കേതികരീതിയുമാണുള്ളത് എന്നതുകൊണ്ട് ഒരു കൃതി ഏതു പ്രസ്ഥാനത്തിൽ പെടുന്നു എന്നറിയാത്ത നിരൂപണം വന്ധ്യവും പരിഹാസ്യവുമാകുന്നു. ദ്വിമാനകലയായ ചിത്രത്തിൽ ത്രിമാനരൂപം ആവിഷ്കരിക്കുവാനുള്ള ശ്രമമാണ് ക്യൂബിസം എന്ന വസ്തുതയിൽ നിന്നാണ് ക്യൂബിസ്റ്റ് ചിത്രനിരൂപണം ആരംഭിക്കേണ്ടത്. ഒരു റൊമാന്റിക് കവിയായ വള്ളത്തോളിൽ വികാരം പൊന്തിച്ചു നിൽക്കാതിരിക്കുകയും മറ്റൊരു റൊമാന്റിക് കവിയായ ആശാനിൽ അങ്ങനെ നിൽക്കുകയും ചെയ്യുന്നത് വള്ളത്തോളിന്റെ യുവരക്തം തണുത്തുറഞ്ഞുപോയതുകൊണ്ടല്ല. പിന്നെയോ, അദ്ദേഹം ക്ലാസ്സിക് സാങ്കേതികമാർഗ്ഗവും ആശാൻ റൊമാന്റിക് സാങ്കേതികമാർഗ്ഗവും അവലംബിച്ചിരുന്നതുകൊണ്ടാണ്. ഒരു വീരപുരോഗമനകൃതിയായ ചണ്ഡാലഭിക്ഷുകിയിൽ ദീർഘമായ ബുദ്ധോപദേശം ചെലുത്തിയിരിക്കുന്നത് ഉപദേശിക്കുകയും പരിവർത്തനം ചെയ്യിക്കുകയുമാണ് അതിന്റെ ലക്ഷ്യം എന്നതുകൊണ്ടത്രെ.

“കൊടും യാഥാസ്ഥിതികരിൽ മാനസപരിവർത്തനം വരുത്തുവാൻ ഒരു മതംനോക്കിയല്ലാത്ത ഗൗതമബുദ്ധൻ ഐഡിയലിസം മറയത്തെറിഞ്ഞു പച്ചപ്പരമാർത്ഥം ധരിപ്പിക്കുന്ന ചണ്ഡാലഭിക്ഷുകിയിലെ ദീർഘപ്രസംഗം അതിന്റെ കലാശില്പഭംഗിക്ക് ലേശവും കേടുവരുത്തുന്നില്ല എന്നു കാണുവാൻ കഴിയും.17”

ഫങ്ക്ഷണലിസം

1930-35 കാലത്ത് നവലോകലേഖനങ്ങൾ എഴുതുമ്പോൾത്തന്നെ രൂപവൽക്കരിക്കുകയും മൂന്നു ദശകത്തോളം ഗ്രന്ഥനിരൂപണങ്ങളിൽ പ്രയോഗിക്കുകയും സാഹിത്യകാരന്മാരുടെ മംഗളപത്രത്തിനുള്ള മറുപടിയിൽ, ഫങ്ക്ഷണലിസം എന്ന പേരിൽ നിർവചിക്കപ്പെടുകയും ചെയ്ത കേസരിയുടെ ഈ നിരൂപണസിദ്ധാന്തം തന്റെ നിരൂപണരീതിയുടെ ആണിക്കല്ലാണെന്നു പറയാം. "ഒരു കലാസൃഷ്ടി ഏതു കലാപ്രമാണം ആസ്പദമാക്കി സൃഷ്ടിച്ചുവോ ആ പ്രമാണത്തിന് അതു യോജിച്ചിട്ടുണ്ടോ എന്നു നോക്കാതെ കണ്ട്, മറ്റൊരു പ്രമാണത്തെ ആസ്പദമാക്കി (ആക്ഷേപിക്കുന്നത്) നിരൂപണത്തിന്റെ ഒരു മൗലികതത്ത്വം വിസ്മരിക്കുന്നതിനു തുല്യമത്രേ!" "സിംബലുകളില്ലാതെ സിംബോളിക് കാവ്യം എഴുതുക വയ്യ," എന്ന പ്രസ്താവത്തെ പണ്ടു പരിഹസിച്ച മാരാർ എല്ലാ പരിഹാസക്കാരുടെയും യാഥാസ്ഥിതിത്വത്തിനും ചരിത്രപരമായ അജ്ഞതയ്ക്കും തികഞ്ഞ പുതിയൊരു തെളിവു നൽകുക മാത്രമാണ് ചെയ്തത്. ബാലകൃഷ്ണപിള്ളയുടെ പരാജയത്തെപ്പോലെ അദ്ദേഹമിനിയും ജയിക്കേണ്ടതിന്റെ ആവശ്യകതയും ഈ ഉദാഹരണം ബോധ്യപ്പെടുത്തേണ്ടതാണ്.

ഫങ്ക്ഷണലിസം എന്ന നിരൂപണതത്ത്വത്തെ വിസ്മരിച്ചതിന്റെ മറ്റൊരു പരിഹാസ്യഫലം ആണ് രൂപഭദ്രതാവാദം എന്നെനിക്കു തോന്നുന്നു. ഉപദേശം, ശകാരം, ആവർത്തനം, ആക്രോശം, എന്നീ പല മാർഗ്ഗങ്ങളിൽക്കൂടിയും വ്യാകരണതത്ത്വങ്ങളെപ്പോലും വേണ്ടപോലെ ബലികഴിച്ചു സമൂഹത്തെ വിപ്ലവത്തിലേക്കുണർത്തുക എന്നതാണ് പുരോഗമനസാഹിത്യകാരന്റെ ധർമ്മം എന്നു കേസരി അനുസ്മരിപ്പിക്കാറുണ്ട്. അയാൾക്കു വേണ്ടത് കുയിലിന്റെയല്ല, പൂവൻകോഴിയുടെ തത്ത്വശാസ്ത്രമാണ്. പു.ക.സ.ക്കാർ ആക്രോശിക്കുന്നത് അങ്ങനെ ചെയ്താലേ അവരുടെ ഉദ്ദേശം നിറവേറൂ എന്നതുകൊണ്ടാണ്. എ.ബി എഴുതി:

"പുരോഗമനസാഹിത്യത്തിലെ ഫങ്ക്ഷണലിസം സമുദായവിപ്ലവത്തിന്റെ ആവശ്യകതയെപ്പറ്റി ചിന്തിപ്പിച്ച് മനുഷ്യരെ അത് വായിക്കുവാൻ പ്രേരിപ്പിക്കുക എന്നതാണ്... പണ്ടത്തെ സാഹിത്യം പോലെ രസിപ്പിക്കണമെന്ന പ്രധാന ഉദ്ദേശമുള്ള ഒന്നല്ല പുരോഗമന സാഹിത്യം... മനുഷ്യനെക്കൊണ്ട് ചിന്തിപ്പിക്കണമെങ്കിൽ അവനിൽ അസുഖം ജനിപ്പിച്ചേ മതിയാകൂ. സാമാന്യമായ വിപ്ലവാശയം പരത്തണമെന്നുള്ളവർ അതിന്നായി ശകാരവും സമരഭാഷയും ഉപയോഗിച്ചുവരുന്നു. ഈ രണ്ടുകൂട്ടരും ഒന്നുപോലെ ഫങ്ക്ഷണലിസം എന്ന തത്ത്വമനുസരിച്ചാണ്

ഇങ്ങനെ ചെയ്തുവരുന്നത്... പുരോഗമനസാഹിത്യകാരന്മാരെക്കുറിച്ചുള്ള തെറിയന്മാർ, വിപ്ലവകാരികൾ, സാംസ്കാരികമൂല്യങ്ങളെ നശിപ്പിക്കുന്നവർ എന്ന ആക്ഷേപങ്ങൾ വാസ്തവമാണ്. ഫങ്ക്ഷണലിസം എന്ന് ഇന്നത്തെ നിരൂപകർ പേരിട്ടിട്ടുള്ള ഒരു തത്ത്വത്തിന്റെ ഫലമാണിത്. ഒരു കൃതിയുടെ കർത്തവ്യം നിറവേറ്റുകയാണ് ഒരു കലാകാരന്റെ കർത്തവ്യം എന്ന തത്ത്വത്തിനാണ് ഫങ്ക്ഷണലിസം എന്നു പേരിട്ടിരിക്കുന്നത്. ഒരു വീടുപണിയുമ്പോൾ ധാരാളം വായുവും വെളിച്ചവും പ്രവേശിപ്പിച്ചു വാസയോഗ്യമാകും വിധം അതു പണിയണമെന്നതാണ് ശില്പകലയെ സംബന്ധിച്ചുള്ള ഫങ്ക്ഷണലിസം.18''

1930-മുതൽ 1960-വരെ അപൂർവമായും സപ്രയോജനമായും വിപ്ലവകാരമായും പുറപ്പെട്ട മുഖ്യകൃതികളെയെല്ലാം ബാലകൃഷ്ണപിള്ള ഈ വാദത്താലും സാർവലൗകികസാദൃശ്യപഠനത്താലും സാധൂകരിക്കുകയും ദേവ്, തകഴി, ബഷീർ, ചങ്ങമ്പുഴ എന്നിവരുടെ യഥാർത്ഥ മഹത്വം ഉയർത്തിക്കാട്ടുകയും ചെയ്തുപോന്നിട്ടുണ്ട്. ഇവരെയെല്ലാം പരസ്യമായി കൊല്ലുകയും സ്വാദോടെ തിന്നുകയും ചെയ്ത ഹിപ്പോക്രിസ്റ്റുകളുടെതായ, കേരളീയ മാന്യസമുദായത്തെ കേസരി ഒരു വാക്യത്തിൽ വിവരിക്കുകയുണ്ടായി.

"ഇവർ (അഭ്യസ്തവിദ്യരായ കേരളീയർ) ഏതിലും തങ്ങൾ ഉദ്ദേശിക്കുന്നത് ചെയ്യുന്നവരും പറയുന്നത് ഉദ്ദേശിക്കാത്തവരുമാണ്.19''

വിഷംതീനികൾ

ആധുനിക സാഹിത്യത്തിന്റെ സ്രോതസ്സുകളെക്കുറിച്ച് ഏറ്റവും ഉൾക്കാഴ്ച ലഭിച്ചിട്ടുള്ള ഒരു ലേഖനമെന്ന് ഞാൻ കരുതുന്ന 'സമുദായത്തിലെ വിഷം തീനി'കളിൽ ഗവേഷണങ്ങൾക്കുവേണ്ടി വിഷംകഴിക്കുന്ന വളണ്ടിയർമാരെ (പോയ്സൻ സ്ക്വാഡ്)യും ശാസ്ത്രജ്ഞന്മാരെയും വിവരിച്ചശേഷം ബാലകൃഷ്ണപിള്ള എഴുതുന്നു:

"നന്മയും തിന്മയും കലർന്ന സമുദായജീവിതത്തിന് വിഷം കലർന്ന ആഹാരസാധനത്തോടും പുരോഗമനസാഹിത്യകാരന്മാർക്ക് വിഷംതീനികളോടും സാദൃശ്യമുണ്ട്. ഈ മഹാത്യാഗികളെ, ഈ മഹാവീരന്മാരെ, കേരളത്തിലെ സഹൃദയലോകം ഇന്ന് പുലഭ്യം പറയുകയും പ്രസ്തുത വിഷലിപ്തമായ ആഹാരസാധനത്തെ, സാമുദായികജീവിതത്തെ, ദൂരെനിന്നു നോക്കി സ്തുതിക്കുകയും ക്ലാസ്സിക്കും റൊമാന്റിക്കും സാഹിത്യകാരന്മാരെ ഇവർ വാനോളം വാഴ്ത്തുകയും ചെയ്തുവരുന്നു. ഇതിനെ കവച്ചുവെയ്ക്കുന്ന കൃതഘ്നത ലോകത്തിൽ കാണുവാൻ സാധിക്കുമോ?20''

ഞാനൂഹിക്കുന്നത്, മുഖ്യമായും ചങ്ങമ്പുഴയെക്കുറിച്ച് ബാലകൃഷ്ണ പിള്ളയ്ക്കുണ്ടായിരുന്ന വിശ്വാസവും പ്രതീക്ഷകളും യഥാർത്ഥമായ ബഹുമാനവുമാണ് ഈ സിദ്ധാന്തത്തിനു തന്നെ അടിസ്ഥാനമായി ത്തീർന്നത് എന്നാണ്. സ്പന്ദിക്കുന്ന അസ്ഥിമാടത്തിന്റെ മുഖവുര, 'പാടുന്ന പിശാച്', 'മൗനഗാനം', 'മഞ്ഞക്കിളികൾ,' 'കളിത്തോഴി' എന്നിവയുടെ നിരൂപണം, 'ചങ്ങമ്പുഴയുടെ തത്ത്വശാസ്ത്രം' തുടങ്ങിയ ലേഖനങ്ങളെ ന്നിവയിൽ ഒരു മഹാകലാകാരന്റെ വ്യക്തിചേതനയും അതു പ്രതി ഫലിപ്പിക്കുന്ന സമൂഹചേതനയേയും സമകാലജീവിതത്തിന്റെ ധാർ മ്മികവും കലാപരവും സാങ്കേതികവുമായ അസംഖ്യം പ്രശ്നങ്ങളെയും ഉത്തരങ്ങളെയും എത്രമേലഗാധമായി കേസരി മനസ്സിലാക്കിയിരുന്നു എന്നു തെളിയിക്കുന്നുണ്ട്. 'നഖശിഖാന്തകവി'യായ ചങ്ങമ്പുഴയുടെ പരാജയങ്ങളിൽക്കൂടി അദ്ദേഹം കണ്ടത് മനുഷ്യത്വത്തിന്റെ തന്നെ ഒരു പരാജയഘട്ടത്തെയായിരുന്നു. അതുകൊണ്ട് ഒരർത്ഥത്തിൽ ചങ്ങമ്പുഴയുടെ നിരൂപണത്തിൽക്കൂടി കേസരി നിർവഹിച്ചിട്ടുള്ള ഈ കാലഘട്ടത്തിലെ സാഹിത്യത്തിന്റെയും ഈ കാലഘട്ടത്തിന്റെ തന്നെയും നിരൂപണമാണ് എന്നു കാണാവുന്നതാണ്. "ഓരോരുത്തനും അവനവന്റെ കഴിവിനനുസരിച്ച് വികസിക്കുവാൻ ഇന്നത്തെ സമുദായം അനുവദിക്കുന്നില്ല,'' എന്നതാണ് ചങ്ങമ്പുഴയുടെ തത്ത്വശാസ്ത്രമെന്ന കേസരിയുടെ വാക്യം മുൻപുദ്ധരിച്ചിട്ടുണ്ട്. ചങ്ങമ്പുഴയ്ക്കുണ്ടായിരുന്ന തടസ്സങ്ങൾ സാമ്പത്തികവും മാനസികവും ആയിരുന്നു; വിദ്യാഭ്യാസം ലഭിക്കാത്ത ജനസാമാന്യം സാമ്പത്തികതടസ്സത്തെ അചിരേണ നീക്കുകയും ചെയ്തു എന്നു ചൂണ്ടിക്കാണിച്ചശേഷം താനുൾക്കൊള്ളുന്ന അഭ്യസ്തവിദ്യരുടെ അഭിനന്ദനവൈമുഖ്യമാണ് ചങ്ങമ്പുഴയെ നശിപ്പിച്ചത് എന്നു പ്രസ്താവിക്കുന്നു.

"ഇടതും വലതും പക്ഷക്കാരുൾപ്പെട്ട അഭ്യസ്തവിദ്യരുടെ ഭൂരിഭാഗ ത്തിൽ നിന്നാണ് പ്രസ്തുത മാനസികതടസ്സങ്ങൾ ജനിച്ചത്.... ഇവരിൽ പലരും മതത്തിലോ രാഷ്ട്രീയത്തിലോ ചെന്നവസാനിക്കുന്ന വൈരാ ഗ്യപന്ഥാവിൽ ചങ്ങമ്പുഴ ഉറച്ചുനിൽക്കാതിരുന്നത് അഭിനന്ദനത്തിന് ഒരു ഗണനീയമായ പ്രതിബന്ധമായി വിചാരിക്കുകയും ചെയ്തു.21'' സാഹിത്യകൃതികൾ തമ്മിലല്ലാതെ സാഹിത്യപ്രസ്ഥാനങ്ങൾ തമ്മിൽ ഉച്ചനീചത്വങ്ങളില്ലെന്നു മനസ്സിലാക്കാതിരുന്ന 'സഹൃദയ'രുടെ അദ്വൈത മനഃസ്ഥിതിയും, ആത്മാർത്ഥതയുമുള്ള കവിക്ക് പാടുവാനും കരയുവാനും പൊട്ടിച്ചിരിക്കുവാനും കൂടി കഴിയുമോ എന്ന 'തീയുപ്പൻ' വിപ്ലവകാരികളുടെ മഹാസംശയവും ചങ്ങമ്പുഴയെ ആമരണം ഞെരു ക്കിയിരുന്നു. "ആത്മനിരീക്ഷണപടുക്കളായ മനുഷ്യർക്കെല്ലാംതന്നെ

ഇപ്രകാരമുള്ള പല ക്ഷണികഭാവങ്ങളും തങ്ങളെ മാറിമാറി ആക്രമിച്ചു കൊണ്ടിരിക്കുന്നത് കണ്ടുപിടിക്കാൻ കഴിയും.22'' ചങ്ങമ്പുഴയുടെ ഈ ഏറിയ ആത്മാർത്ഥതയെ അതില്ലായ്മയായി ചിത്രീകരിച്ചുകൊണ്ട് അനേകം തിസീസുകൾ അക്കാലത്തെഴുതപ്പെട്ടുകയുണ്ടായല്ലോ. കേസരി പലപ്പോഴും ആവർത്തിക്കാറുള്ളതുപോലെ, മനുഷ്യചരിത്രത്തെക്കുറിച്ചും മനഃശാസ്ത്രത്തെക്കുറിച്ചും കേരളീയ സഹൃദയലോകത്തിനുണ്ടായിരുന്ന ഭീമമായ അജ്ഞതയാണ് ഇതിനു കാരണം. ക്ലാസ്സിക് ഗുരുകാവ്യങ്ങളെയും പിന്നീട് റൊമാന്റിക് ഗുരുകാവ്യങ്ങളെയും ആഹരിച്ചുപോന്ന ഈ സഹൃദയവൃന്ദത്തിന് നാടകീയഗാനകാവ്യമോ ലഘുകാവ്യമോ യഥാർത്ഥകവിതയായി കാണുവാൻ കഴിഞ്ഞിരുന്നില്ല. ഈ വിദ്യാമൗഢ്യമില്ലാതിരുന്ന ജനസാമാന്യം സഹജാവബോധത്താലും സംഗീതപ്രേമത്താലും ചങ്ങമ്പുഴയെ കരളിൽക്കുടിയിരുത്തുകയും ചെയ്തു. ചങ്ങമ്പുഴയുടെ ചരമക്കുറിപ്പായെഴുതിയ ബാഷ്പാർദ്രലേഖനത്തിൽ ഉണക്കശ്ശാസ്ത്രിയായ കേസരി ഇങ്ങനെ എഴുതി:

"ഒരു നിർദ്ദയശസ്ത്രക്രിയയും കൂടി സ്പന്ദിക്കുന്ന അസ്ഥിമാടത്തിന്റെ മുഖവുരയിൽ ഞാൻ നടത്തിയിരുന്നു. ഒരു യഥാർത്ഥകവി എങ്ങനെ മാറിമാറിവരുന്ന ജീവിതാനുഭവങ്ങളെ ആവിയാക്കി(എതീറിയലൈസ്) അവയ്ക്ക് ഏകരൂപം കൊടുത്ത് അവയിൽനിന്നു ഒരു ദർശനകോടി, അഥവാ, തത്ത്വശാസ്ത്രം നേടുന്നു എന്നു പ്രത്യക്ഷപ്പെടുത്തി. അദ്ദേഹം കാമിച്ചിരുന്ന പ്രസ്തുത സഹൃദയ ഭൂരിപക്ഷത്തിന്റെ പ്രശംസ കൂടി നേടിക്കൊടുത്ത് ആസന്നമരണമാണെന്ന് അന്നേ ഞാൻ കണ്ടിരുന്ന വിപത്തിൽനിന്നു അദ്ദേഹത്തെ രക്ഷിക്കുവാൻ ഉദ്ദേശിച്ചു മാത്രമാണ് ഈ ശസ്ത്രക്രിയ നടത്തിയിരുന്നത്. 'സൃഷ്ടിക്കുന്നതായാൽ മരണത്തെ ജയിക്കാം' എന്നുള്ള റൊമാങ്ങ് റോളങ്ങിന്റെ വാക്കുകളുദ്ധരിച്ചു ജീവിച്ചിരിക്കുവാൻ അദ്ദേഹത്തോടഭ്യർത്ഥിച്ചുകൊണ്ട് ആ മുഖവുര അവസാനിപ്പിക്കുകയും ചെയ്തിരുന്നു.''23

ഇത്രമേൽ സർവതലസ്പർശിയായ ഒരു വാക്യം മലയാളത്തിലെ ഏതെങ്കിലുമൊരു നിരൂപകൻ ഏതെങ്കിലുമൊരു കവിയെക്കുറിച്ച് എഴുതിയതായി ഞാൻ കണ്ടിട്ടില്ല. ആ മഹാകവിയിൽ കേസരിക്കുണ്ടായിരുന്ന താത്പര്യം വ്യക്തിപരമായിരുന്നില്ല. അവർ തമ്മിൽ ഗണ്യമായ ഒരു പരിചയവും ഉണ്ടായിരുന്നില്ല എന്നും മനസ്സിലാക്കിയിട്ടുള്ളവർ ചുരുക്കമാകുന്നു. അതുല്യനായ ആ കവിയിൽ കേസരി കണ്ടത് കേരളത്തിന്റെ ആത്മാർത്ഥവും അനാവൃതവുമായ ജീവിതഭാവത്തിന്റെ തരളചൈതന്യം തന്നെയായിരുന്നു.

"ചങ്ങമ്പുഴയുടെ പ്രത്യേകതരം ജീനിയസ്സുള്ള ഒരു മഹാകവിയെ എന്നെങ്കിലും കൈരളിക്ക് കിട്ടുവാൻ സാധിക്കുമോ എന്നു ഞാൻ സംശയിക്കുന്നു. തങ്ങളുടെ ഭാഷ നിലനിൽക്കുന്നിടത്തോളം കാലം കേരളീയർ ഏറ്റവും അധികമായി ഓമനിക്കുവാനിടയുള്ള രണ്ടു മഹാകവികൾ മാത്രമേ ഇന്നുവരെ ഈ മണ്ണിൽ ജനിച്ചിട്ടുള്ളൂ. കുഞ്ചൻ നമ്പ്യാരും ചങ്ങമ്പുഴയുമാണിവർ.... ചരിത്രാതീതകാലം മുതൽക്കുള്ള കേരളചരിത്ര ഗവേഷണം എനിക്കു നൽകിയ വിജ്ഞാനത്തെ ആസ്പദിച്ചാണ് ഞാൻ ഇങ്ങനെ പറയുന്നത്.'' താൻ പുറപ്പെടുവിക്കുന്ന എല്ലാ അഭിപ്രായങ്ങളെയും ഏറ്റവും വികാരാവിഷ്ടങ്ങളായ നിമിഷങ്ങളിൽപ്പോലും ചരിത്രപരവും കലാരഹസ്യപരവുമായ വസ്തുതകളാൽ പ്രമാണവൽക്കരിക്കുവാൻ കേസരി ശ്രദ്ധിച്ചുപോന്നിരുന്നു എന്നതിനു മകുടോദാഹരണമത്രേ ഇത്. അദ്ദേഹത്തിന്റെ നിരൂപണത്തിലെങ്ങും ശാസ്ത്രീയവും വസ്തുനിഷ്ഠവും ആയ അടിസ്ഥാനങ്ങൾക്കും പ്രമാണങ്ങൾക്കും വേണ്ടിയുള്ള അന്വേഷണമാകുന്നു പൊന്തിച്ചുനിൽക്കുന്നത്. അതുകൊണ്ട് ഇംപ്രഷണിസ്റ്റു നിരൂപണങ്ങളിൽ കാണാവുന്ന വികാരലൗല്യമോ, വികാരാവേശമോ കേസരിയുടെ നിരൂപണങ്ങളിൽ കാണാവുന്നതല്ല.

തന്റെ അന്വേഷണബുദ്ധിയുടെയും അദ്വൈതവിരോധത്തിന്റെയും ഫലമായി സാഹിത്യത്തിനു പരമമായ ഒരൊറ്റ മാനദണ്ഡം ഇല്ല എന്ന കേസരി സ്ഥാപിച്ചു. കല ക്ഷുദ്രമോ ക്ഷണികമോ പരതന്ത്രമോ ആയതു കൊണ്ടല്ല ഇങ്ങനെ വന്നുചേരുന്നത്. മറിച്ച് അത്രമേൽ മൗലികമായതുകൊണ്ടാണ്.

"മതത്തിന്റെയും സയൻസിന്റെയും തള്ളയായ ജിജ്ഞാസയുടെ സഹോദരിയാണ് കല.'' അതുകൊണ്ട് ശാഖോപശാഖകളായി, പ്രസ്ഥാനോപപ്രസ്ഥാനങ്ങളായി വളർച്ചയുണ്ടാകുകയും ചെയ്യുന്നു. സാർലൗകികവും ചരിത്രാധിഷ്ഠിതവുമായ ഈ വീക്ഷണകോടിയിൽക്കൂടി നോക്കുമ്പോൾ, ഒരു പ്രസ്ഥാനത്തെ മറ്റൊരു പ്രസ്ഥാനവുമായി താരതമ്യം ചെയ്യുന്നത് ജനവർഗ്ഗങ്ങളെ താരതമ്യപ്പെടുത്തുന്നതുപോലെ അർത്ഥശൂന്യമാണെന്നു കിട്ടും. വർഗ്ഗങ്ങൾക്കെന്നതുപോലെ ഒറ്റയൊറ്റ മനുഷ്യർക്കും അവനവനിഷ്ടപ്പെട്ട കലാരൂപങ്ങളും രീതികളുമുണ്ടായിരിക്കും. കലാവീക്ഷണത്തിലെ ഈ ഉദാരത മലയാളത്തിലെ മറ്റൊരു പിൽക്കാല നിരൂപകനും ദഹിപ്പിച്ചെടുക്കുവാൻ കഴിഞ്ഞില്ല എന്നതു ഖേദകരമാകുന്നു.

താരതമ്യേന നിശ്ചലവും പാരമ്പര്യാധിഷ്ഠിതവും ആയ സമുദായങ്ങളിൽ പ്രസ്ഥാനഭേദങ്ങൾ കുറവും അഭിരുചികൾ പരിമിതവും ആയിരിക്കുമെങ്കിലും ചണ്ഡവേഗമായ പുതിയ സമുദായത്തിൽ പ്രസ്ഥാനങ്ങൾ

ഏറുകയും അഭിരുചികളും പക്ഷപാതങ്ങളും പെരുകുകയും ചെയ്യും. ഒരു യഥാർത്ഥനിരൂപകന്റെ കർത്തവ്യം ഇവയിലേതെങ്കിലുമൊരു പക്ഷപാതം വിലയ്ക്കു വാങ്ങി അതിൽ പാർപ്പുറപ്പിക്കുകയല്ല.

ബാലകൃഷ്ണപിള്ള ആജീവനാന്തവും ഇങ്ങനെ ചെയ്തിരുന്നില്ല എന്നതാണ് അദ്ദേഹത്തിന്റെ സ്വഭാവത്തിലുള്ള അമ്പരപ്പിക്കുന്ന ഒരു ഘടകം. അദ്ദേഹം എഴുതി:

"ചുഴിഞ്ഞുനോക്കുകയാണ് എങ്കിൽ കലയുടെ അസംസ്കൃത സാധനങ്ങളിലും സാങ്കേതികമാർഗ്ഗങ്ങളിലും ഒഴിച്ചു മൗലികതത്ത്വങ്ങളെ സംബന്ധിച്ചേടത്തോളം കലാലോകത്തിൽ യഥാർത്ഥമായ പുതിയ പ്രസ്ഥാനങ്ങൾ ഉണ്ടാകുന്നതല്ല.25" ഈ അസംസ്കൃതസാധനം അഥവാ കലാകാരന്റെ വ്യക്തിസ്വഭാവഘടകവുമായി ഏറ്റുമുട്ടുമ്പോൾ പ്രതിഭാശാലികളിലുണ്ടാക്കുന്ന വീക്ഷണകോടിയാകുന്നു ഒരു നൂതനപ്രസ്ഥാനത്തിനു ജന്മം കൊടുക്കുന്ന നൂതനഭാവം. മതം, സയൻസ് തുടങ്ങിയവയെപ്പോലെ കലയുടെയും മൂല്യം അതിന്റെ സാമൂഹ്യപ്രയോജനം തന്നെ. നിന്നിടത്തു നിൽക്കുന്ന സമുദായത്തിൽ ഈ പ്രയോജനം ആനന്ദം അഥവാ രസം ആകാം. നടക്കുകയോ ഓടുകയോ ചെയ്യുന്ന സമുദായത്തിൽ അതു സാമൂഹ്യപുരോഗതിയായിരിക്കുകയും ചെയ്യും. ഈ പുരോഗതി രാഷ്ട്രീയവിപ്ലവത്തിൽമാത്രം ചെന്നവസാനിക്കുന്ന വൈരാഗ്യമാർഗമാണ് എന്നു കേസരിക്കഭിപ്രായമുണ്ടായിരുന്നില്ല.

കലയുടെ മൂല്യം സാമൂഹ്യപ്രയോജനമാണ് എന്നും പരിണാമവ്യഗ്രമായ സമുദായത്തിൽ അതു സമുദായപുരോഗതി തന്നെയാണ് എന്നും ഉറപ്പിച്ചുകഴിഞ്ഞാൽ, ഇന്നും ജീവിച്ചിരിക്കുന്നവരെങ്കിലും എന്നോ ജീവിച്ചിരിക്കേണ്ടവരായ എഴുത്തുകാരെ എന്തുചെയ്യണം എന്നതിനെക്കുറിച്ച് കേസരിക്കൊരു സംശയവും ഉണ്ടായിരുന്നതായി തോന്നുന്നില്ല. ഉറങ്ങുന്ന നായ്ക്കൾ ചാകുകയാണ് നല്ലത്. അവയെ കവച്ചുകടന്നുപോയാൽ മതി. ജീവിതൗന്മുഖ്യത്തിൽ നിന്നാണ് കലയുടെ ജീവിതസ്പന്ദമുണ്ടാകുന്നതെന്നും യഥാർത്ഥകവികൾക്കും യഥാർത്ഥയുവാക്കൾക്കും മാത്രമേ അപൂർവമായ ഭാവഗ്രഹണശക്തിയുള്ളൂ എന്നും ഉള്ളതുകൊണ്ട് മറ്റുള്ള കവികൾ വാസ്തവത്തിൽ മാറ്റൊലിക്കവികളായിത്തീരുന്നതാണ്.

ജീവിതസുഖവും കാവ്യസൗന്ദര്യവും

സാമൂഹ്യ പ്രയോജനവാദത്തിലുള്ള ഈ പിടിമുറുക്കം ആശാന്റെ ഉത്തമ കൃതി ചണ്ഡാലഭിക്ഷുകിയാണ് എന്നു സ്ഥാപിക്കുവാൻ കേസരിയെ പ്രേരിപ്പിച്ചു. ആശാൻ ഏതുവിധത്തിലുള്ള മനുഷ്യനെയും സമുദായത്തെയും കിനാവുകണ്ടിരുന്നുവോ അതെല്ലാമാണ്

ചണ്ഡാലഭിക്ഷുകിയില്ലുള്ളത്. "ചണ്ഡാഭിക്ഷുകി രചിച്ചതു നിമിത്തം ആശാൻ അധഃപതിച്ചുപോയി എന്നു സർവകലാശാലകളെ അലങ്കരിക്കുന്ന സാഹിത്യപ്രൊഫസർമാർ തട്ടിമൂളിക്കുന്നു. ആസന്നമരണങ്ങളായ ആശയങ്ങൾക്കു കിടന്നു ചാകാനുള്ള ആസ്പത്രികളാണ് സർവകലാശാലകൾ എന്നു പ്രൊഫ.ഹോഡ്ബെൻ അഭിപ്രായപ്പെട്ടിട്ടുള്ളത് അറിഞ്ഞിട്ടുള്ളവർ ഇതുകേട്ടത്ഭുതപ്പെടുകയില്ല.26"

ഈ നിരൂപണത്തിലന്തർഭവിച്ച മനുഷ്യസ്നേഹാർദ്രതയും അതിൽ നിന്നുരുത്തിരിയുന്ന അത്യുന്നതമായ കലാസങ്കല്പവുമാണ് ജി.ശങ്കരക്കുറുപ്പിന് മനസ്സിലാകുംവിധം 'സൂര്യകാന്തി'യെ വിമർശിക്കുവാനും കേസരിയെ പ്രേരിപ്പിച്ചത്.

"ആര്യമാവിനെ സ്നേഹിക്കുന്ന ധിക്കാരത്തിനു
സൂര്യകാന്തിയെന്നെന്നെ പൃച്ഛിചപ്പതാണീ ലോകം,"

എന്ന വരികളുദ്ധരിച്ചുകൊണ്ട് എ.ബി.എഴുതി:

"സൂര്യകാന്തി ആത്മാവിനെക്കാളധികം മനുഷ്യനെയാണ്-അവന്റെ കണ്ണിനും വയറിനും ഒരുപോലെ ആനന്ദം നൽകി-സ്നേഹിക്കുന്നതെന്ന് റഷ്യൻ ശാസ്ത്രജ്ഞൻ ഇന്നു കണ്ടുപിടിച്ചിട്ടുണ്ട്. പ്രോട്ടീൻഘടകം ഏറ്റവും അധികമുള്ള സസ്യമായി ലേഖകർ വിചാരിച്ചുപോരുന്ന സോയാബീനിൽ പ്രോട്ടീനംശം നാല്പതു ശതമാനമേ ഉള്ളൂ. എന്നാൽ ഒന്നാംതരം ആഹാരസാധനമാണ് എന്ന് രണ്ടാംലോകമഹായുദ്ധത്തിനു മുമ്പുതന്നെ കണ്ടുപിടിച്ച് റഷ്യക്കാരും, ആ യുദ്ധകാലത്ത് അമേരിക്കക്കാരും കൃഷിചെയ്തു തുടങ്ങിയ സൂര്യകാന്തിയുടെ കുരുവിൽ പ്രോട്ടീനംശം 52 ശതമാനമാണ്. ഇത് അറിഞ്ഞിരുന്നെങ്കിൽ...പ്രമേഹം ബാധിച്ചു പഞ്ചസാര നിറഞ്ഞിരിക്കുന്ന ഇന്നത്തെ സംസ്കാരത്തിൽ ഇൻസുലിൻ കുത്തിവെച്ച് അതിന് ആരോഗ്യം നൽകുവാനുള്ള ഉദ്യമത്തിൽ കുറുപ്പിനും അന്നേ പങ്കു കൊള്ളാമായിരുന്നു.27" ഈ നിരൂപണത്തിന്റെ ഇൻസുലിൻ ശക്തി ജി.തന്നെ പിന്നീടൊരിക്കൽ പ്രസ്താവിച്ചിട്ടുണ്ട്.

വസുധൈവ കുടുംബകം

മനുഷ്യവർഗ്ഗം ഒരു ചെറു കുടുംബത്തിൽനിന്നുത്ഭവിച്ച് ലോകം മുഴുവൻ വ്യാപിക്കുകയാണുണ്ടായത് എന്നും മനുഷ്യവർഗ്ഗസുഖത്തിൽ മതശാസ്ത്രകലാദികളുടെ തത്ത്വശാസ്ത്രം അടങ്ങിയിരിക്കുന്നു എന്നും സർവസുഖത്തിൽ നിന്നേ വ്യക്തിസുഖത്തിനു പൂർണ്ണതയുണ്ടാകൂ എന്നും മനുഷ്യസമത്വം പോലെ കലാസമത്വവും നരവംശപഠനത്തിൽ നിന്നു സിദ്ധമാണ് എന്നുമുള്ള വിശ്വാസപ്രമാണങ്ങളാണ് ഗവേഷണം മുതൽ നിരൂപണം വരെയുള്ള കേസരിയുടെ എല്ലാ വ്യാപാരങ്ങളെയും

നിയന്ത്രിച്ച പോന്നിരുന്നത്. ഒരു ദേശത്തിന്റെ ഭാവനയും മറ്റൊരു ദേശത്തിന്റെ ഭാവനയെക്കാൾ മോശമല്ല എന്നതിൽനിന്നു സാർവലൗകികമായ സാദൃശ്യാത്മകനിരൂപണരീതി ബാലകൃഷ്ണപിള്ള അവതരിപ്പിച്ചു. ഇതിൽ സാർവലൗകികതയുടെ അംശത്തിലെങ്കിലും കേസരി ലോകത്തിലെ അദ്വിതീയനായ നവയുഗനിരൂപകനായിരുന്നു എന്നാണ് എനിക്കുതോന്നുന്നത്. ബാലകൃഷ്ണപിള്ളയുടെ അവിശ്വസനീയമായ മഹത്വങ്ങളെ ഏതാനും വിലക്ഷണതകളായി മാത്രമേ കേരളത്തിലെ മറ്റു പണ്ഡിതന്മാരും നിരൂപകന്മാരും കരുതിപ്പോന്നിട്ടുള്ളൂ. ഈ അവമൂല്യനത്തിനുള്ള യഥാർത്ഥകാരണങ്ങളിലേക്ക് ഞാനിപ്പോൾ കടക്കുന്നില്ല; അതത്രയും തിരുത്തേണ്ട സമയമായി എന്നോർമ്മിപ്പിക്കുകയേ ചെയ്യുന്നുള്ളൂ.

വാസ്തവത്തിൽ കേസരി സംസാരിച്ചിരുന്നത് നിരൂപകന്മാരോടല്ല, നിർമ്മാതാക്കളോടായിരുന്നുതാനും. നിരൂപണം സൃഷ്ടിയെ ഉദ്ദേശിച്ച് അപ്രധാനമാണെന്ന് അദ്ദേഹംതന്നെ ഒരിക്കൽ പ്രസ്താവിച്ചിട്ടുണ്ട്. എങ്കിലും ഒരു സുഖദവൈപരീത്യമെന്നോണം ബാലകൃഷ്ണപിള്ളയുടെ നിരൂപണ-പരിഭാഷകൾ മലയാളത്തിലെ യഥാർത്ഥമായ ആധുനികയുഗം സൃഷ്ടിച്ചു. 1930-മുതൽ 1960-വരെയുള്ള മൂന്നു ദശകങ്ങളുടെ സാഹിത്യം. ഇതൊരതിശയോക്തിയായി തോന്നുന്നുണ്ടെങ്കിൽ അതിനു കാരണം കേസരി ആധുനിക കേരളത്തിലെ ഏറ്റവും വലിയ അതിശയമായിരുന്നു എന്നതാണ്.

ബാലകൃഷ്ണപിള്ള കേരളത്തിലേക്കാവാഹിക്കുവാൻ ശ്രമിച്ച സാർവദേശീയത, ഉദാരത, പുരോഗമനവിശ്വാസം, മനുഷ്യവർഗ്ഗങ്ങളുടെ വ്യാവഹാരികസമത്വം തുടങ്ങിയ നവലോകാശയങ്ങൾ ഇന്നു മിക്കവാറും അപ്രത്യക്ഷമായിക്കഴിഞ്ഞു. കഴിഞ്ഞ ഒന്നുരണ്ടു ദശകങ്ങൾക്കുള്ളിൽ, ലോകത്തിലെമ്പാടും വിപ്ലവാശയങ്ങളിൽ വെള്ളം ചേർക്കപ്പെടുകയും അവ തണുപ്പിക്കപ്പെടുകയും ചെയ്തിട്ടുണ്ട്. പത്തൊൻപതും ഇരുപതും ശതകങ്ങളിൽ ഉണർന്നു കുതിച്ച മാനവപ്രതിഭയുടെ തളർന്ന പിൻവാങ്ങലാകാം ഇത്. ഈ തളർച്ചയിൽ കേരളീയ പ്രജ്ഞയുടെ വെളിച്ചംകെടാതെ നിൽക്കുവാൻ ബാലകൃഷ്ണപിള്ളയുടെ ഓർമ്മപോലെ സഹായകമായ മറ്റൊന്നില്ല എന്നു ഞാൻ കരുതുന്നു. ജീവിതത്തിൽ സാമാന്യമായും നിരൂപണത്തിൽ പ്രത്യേകമായും.

തന്റെ ഷഷ്ട്യബ്ദപൂർത്തിക്ക് കേരളീയ സാഹിത്യകാരന്മാർ സമർപ്പിച്ച മംഗളപത്രത്തിനു മറുപടിയായി കേസരി ഇങ്ങനെ പറഞ്ഞു.

"പ്രൊക്രസ്റ്റസ് എന്ന കൊള്ളക്കാരന്റെ ഇരുമ്പുകട്ടിലല്ല, പിന്നെയോ കുറച്ചധികം വലിച്ചുനീട്ടാവുന്നതും കുറെ അധികം കുറയ്ക്കാവുന്നതുമായ

ഒരു സ്പ്രിംഗ് കട്ടിലാണ് സാഹിത്യാഭിവൃദ്ധിക്ക് വേണ്ടത്. ഇങ്ങനെയുള്ള ഒരു സ്പ്രിംഗ്കട്ടിൽ ഉണ്ടാക്കുവാനുള്ള ഒരു എളിയ ശ്രമമാണ് ഞാൻ ഭാഷാലോകത്തു നടത്തിവന്നത്. ജാതിയോ മതമോ സ്ഥലമോ വയസ്സോ നോക്കി ഞാൻ ഒരു സാഹിത്യകാരനെയും കട്ടിലിൽ കിടത്തി വലിച്ചുനീട്ടുകയോ വെട്ടിക്കുറക്കുകയോ ചെയ്തിട്ടില്ല. വിശ്വസാഹിത്യത്തിൽ കാണാവുന്ന വിവിധ സാഹിത്യപ്രസ്ഥാനങ്ങളുടെ പ്രത്യേക ലക്ഷണമനുസരിച്ച് മാത്രമേ ഞാൻ നീട്ടലും കുറക്കലും ചെയ്തിട്ടുള്ളൂ.28''

ഇത്രയും ഉറപ്പിച്ചു പറയാവുന്ന മറ്റൊരു നിരൂപകൻ കേരളത്തിൽ ജനിച്ചിട്ടുണ്ടെന്നു ഞാൻ കരുതുന്നില്ല.

1967

ചിതയിലെ വെളിച്ചം

പുരോഗമനസാഹിത്യപ്രസ്ഥാനത്തിന്റെ ഉദയാസ്തമയങ്ങൾക്കുശേഷം ഒരു തലമുറക്കാലം നീങ്ങിപ്പോയിരിക്കുന്നു. ഇന്നു സ്വാഭാവികമായോ ബോധപൂർവമായോ അഥവാ കൃത്രിമമായോ സാഹിത്യത്തിന്റെ മൂല്യചർച്ച മുൻപന്തിയിലെത്തിയിട്ടുണ്ട്. ഈ കാലഘട്ടത്തിനിടയ്ക്ക് മനുഷ്യന്റെ ബോധമണ്ഡലത്തിനും ഭാഗധേയത്തിനും വന്നുചേർന്നിട്ടുള്ള മാറ്റങ്ങൾ ഉൾക്കൊള്ളുവാൻ കഴിയാത്ത ഒരു ചർച്ച വാചാലവും വന്ധ്യവും ആയിരിക്കുകയേ ഉള്ളൂ.

സാഹിത്യം, സംഘടിതവും ആസൂത്രിതവും ഏകമുഖവുമായ സോഷ്യലിസ്റ്റ് പാർട്ടി പ്രവർത്തനത്തിന്റെ ഘടകമായിരിക്കണമെന്നു ലെനിൻ പ്രഖ്യാപിച്ചതിനുശേഷം, വിപ്ലവപ്രസ്ഥാനം ബഹുമുഖവും പരസ്പരവിരുദ്ധവും പലപ്പോഴും ശിഥിലവും ആയിത്തീർന്നിട്ടുണ്ട്. മുമ്പൊരിക്കലും ഉണ്ടായിട്ടില്ലാത്തവിധം മനുഷ്യവർഗ്ഗത്തിനു മുകളിൽ സർവനാശത്തിന്റെ, മൃത്യുവിന്റെ കുടനിവർത്തപ്പെട്ടിരിക്കുന്നു. സത്യസന്ധമായ ഒരു പ്രത്യയശാസ്ത്രത്തിനും ഇതിൽനിന്നും നിത്യമായ മോചനം വാഗ്ദാനം ചെയ്യാനാവില്ല. മർദ്ദകമായ ഈ സത്യം മനുഷ്യനെ ദുർബലനും നിരാശാഭരിതനുമാക്കുന്നു. ഇനിയൊരിക്കലും ചരിത്രം അവരുടെ അനിവാര്യതയുടെ പ്രസന്ന വാഗ്ദാനമാകുകവയ്യ.

വിപ്ലവത്തിന്റെ ആത്മഹത്യ

നമ്മുടെ വിപ്ലവപ്രസ്ഥാനങ്ങളുടെ ശൈഥില്യത്തിന് ഒരു കാരണം അനിവാര്യതയുടെ പരാജയമാകുന്നു. നാമറിയാതെ നമ്മുടെ വിപ്ലവധമനികളിലെ രക്തം ചോർത്തിയെടുക്കപ്പെട്ടിരിക്കുന്നു. രാഷ്ട്രീയത്തിന് ഈ ശൂന്യതയിൽ കൂടി അല്പദൂരം സഞ്ചരിക്കുവാൻ കഴിഞ്ഞു എന്നുവരാം. സാഹിത്യത്തിന് ഇതു കഴിയുമോ എന്നു സംശയിക്കേണ്ടിയിരിക്കുന്നു.

സാർവലൗകിക വിപ്ലവത്തെപ്പോലെ നമ്മുടെതായ അർധവിപ്ലവവും അമ്പതുകളിൽ ആത്മഹത്യ ചെയ്തു. അതിന്റെ പ്രേതത്തിന് ഇനിയും കലാകാരനു മാർഗദർശനം നൽകാൻ കഴിയുമെന്ന വ്യർത്ഥവാദം എനിക്കു ഭക്ഷിക്കുവാൻ കഴിയുന്നില്ല.

"മർദ്ദകനിണനസ്വാദിനെയോർക്കും
കത്തിയാലാത്മഹത്യ ചെയ്യാതെ....
പോക, ഭൗതിക തൃപ്തിതൻ മധ്യ-
മേഖലയിൽ മയങ്ങി മേവാതെ."

എന്ന വരികളിൽ 'കുടിയൊഴിക്ക'ലിന്റെ കവി നൽകിയ രണ്ടാശംസകളും ധ്വംസിക്കപ്പെട്ടു കഴിഞ്ഞു. നമ്മുടെ വിപ്ലവാചാര്യന്മാർ പരസ്പരം കഴുത്തറുക്കുകയും അതേ മധ്യമേഖലകളിൽ കുടുങ്ങിക്കിടക്കുകയും ചെയ്യുന്നു. ദേശീയ പ്രസ്ഥാനത്തിന്റെയും വിപ്ലവപ്രസ്ഥാനത്തിന്റെയും പരാജയം സൃഷ്ടിച്ച ഈ ശൂന്യതയാണ് ഇന്നത്തെ സാഹിത്യകാരന്റെ ഏറ്റവും അടുത്ത മാനസികാന്തരീക്ഷം. ദേശീയമായ ഇച്ഛാഭംഗത്തിന്റെ ക്രോധത്തെയാണ് പി.കുഞ്ഞിരാമൻ നായരും, എൻ.വി. കൃഷ്ണവാരിയരും അവരുടെ കൃതികളിൽ പ്രതിഫലിപ്പിക്കുന്നത്. വിപ്ലവകവികളെ, സോഷ്യലിസ്റ്റ് വിപ്ലവത്തിന്റെ ആദ്യാങ്കുരങ്ങളെ, നമ്മുടെ ക്ഷുദ്രവും വഞ്ചകവുമായ വിപ്ലവബോധശൂന്യത തന്നെയാണ് കോടമ്പാക്കത്തെത്തിച്ചുകളഞ്ഞത്. കിട്ടാവുന്ന തോണികളെല്ലാമുപയോഗിച്ച് അവർ ഈ പച്ചത്തുരുത്തിലേയ്ക്ക് കടന്നുപറ്റിക്കൊണ്ടിരുന്നു. ഇത് അവസരവാദമാണെന്നു പറയുന്നത് കണ്ണാടി തിരിച്ചുപിടിക്കലാണ്. സ്വന്തം മുഖം നമുക്കിന്നു ഭയാനകമായിക്കഴിഞ്ഞിരിക്കുന്നു.

"ചെറ്റയാം വിടൻ ഞാനിനിമേലിൽ

കഷ്ടമെങ്ങനെ കണ്ണാടി നോക്കും?"

വിപ്ലവത്തിന്റെ സംഗീതങ്ങൾ നമ്മെ വഞ്ചിച്ചു എങ്കിൽ ഇന്നെന്തുകൊണ്ട് പുതിയ സംഗീതങ്ങൾ ഉണ്ടായിവരുന്നില്ല? 'വളപ്പൊട്ടുക'ളും 'പ്രൊക്രസ്റ്റസിന്റെ കട്ടി'ലും എന്തുകൊണ്ട് വിപ്ലവഗാനത്തിന്റെ ചരമക്കുറിപ്പുകളായി?

എങ്കിലും ഇവർക്ക് പ്രക്ഷീണങ്ങളായ സായാഹ്നങ്ങളിൽ ഈ പരിത്യക്തപ്രണയങ്ങളുടെ ഇച്ഛാഭംഗങ്ങളെങ്കിലും പാടിയിരിക്കുവാനുണ്ട്. 'ആഗസ്റ്റ് കാറ്റിലുതിരുന്ന ഇല'കളിലും 'ഉടഞ്ഞ വള'കളിലും ഉദാത്തങ്ങളായ ആർദ്രസ്മരണകൾ തങ്ങിനിൽക്കുന്നുണ്ടാകും.

പക്ഷേ, മോഹങ്ങളും മോഹഭംഗങ്ങളുമില്ലാത്ത, ശൂന്യതയിലേക്ക് വലിച്ചെറിയപ്പെട്ട ആധുനികമനുഷ്യന്റെ വേദനകളെ ആർ ചിത്രീകരിക്കും? വഴിതെറ്റിച്ച ഘോഷയാത്രകളല്ല. വഴിയില്ലായ്മയാണ് അവന്റെ ദുരന്തം. ജീവിതാർത്ഥങ്ങളും സാഫല്യങ്ങളും തേടിപ്പോകുന്ന അവന്റെ ഇന്ദ്രിയങ്ങൾ അവനിലേയ്ക്കുതന്നെ അലസമായി, മൂഢമായി മടങ്ങിയെത്തുന്നു. ഈ ശൂന്യതയെ ചിത്രീകരിക്കുക എന്ന സാഹസം മോഹഭംഗത്തിന്റേതായ മുൻതലമുറയ്ക്കു സാധ്യമല്ല. തന്റെയും തന്റെ തൽക്കാലകാമുകിയുടെയും ശരീരത്തിൽ ജീവിതത്തിന്റെ മുഴുവൻ സാഫല്യവും കാണാൻ ഒരാധുനികകവി വെമ്പുന്നത് അവർ അർത്ഥം തേടി അലയുന്നു എന്നതുകൊണ്ടാണ്. ഭൂതഭാവികളുടെ ദർശനം നഷ്ടപ്പെട്ട് വർത്തമാന ബിന്ദുവിൽ ബന്ധനസ്ഥനായ അവൻ ഈ കാലഘട്ടത്തിലെ മനുഷ്യദുരന്തത്തിന്റെ കഥ ആത്മാവു കൊണ്ടറിയുന്നവനാണ്. ഇതിനെ അശ്ലീലസാഹിത്യമായി മാത്രം കാണുന്നവർ സാഹിത്യം എന്തെന്നറിയാത്തവരാകുന്നു. പ്രായം കൊണ്ടും ശീലം കൊണ്ടും സ്ഥൂലേന്ദ്രിയം കൊണ്ടും നമുക്കറിയാൻ കഴിയാത്തതായിത്തീർന്ന ജീവിതശൂന്യതയുടെ ഗ്രാഫുകൾ വരയ്ക്കുവാൻ പ്രകൃതി നിയോഗിച്ചിട്ടുള്ള നിർഭാഗ്യവാനാണവൻ. മനുഷ്യാവസ്ഥയുടെ അതിസൂക്ഷ്മസംവേദനങ്ങളാൽ ശിക്ഷിക്കപ്പെട്ടിട്ടുള്ളവൻ. അനുഗൃഹീതങ്ങളായ മറ്റു ചില യുഗങ്ങളിലെപ്പോലെ മനുഷ്യരാശിയുടെ സുഹൃത്തും ദാർശനികനും മാർഗ്ഗദർശിയുമാകുവാനുള്ള ഭാഗധേയം ഇവന്റേതല്ല. സ്വന്തം ചിതയിലെ വെളിച്ചമാണവന്റെ വെളിച്ചം. 'സമുദായത്തിലെ വിഷംതീനികൾ' എന്നു ബാലകൃഷ്ണപിള്ള വിശേഷിപ്പിച്ച ഈ വർഗ്ഗത്തിന്റെ സാമൂഹ്യപരമായ അർത്ഥവും ധർമ്മവും നമ്മുടെ പുരോഗമനവാദികൾക്കു മനസ്സിലായിട്ടുണ്ടെന്നു തോന്നുന്നില്ല; ഇനിയും വളരെക്കാലത്തേക്കു മനസ്സിലാകുമെന്നും തോന്നുന്നില്ല.

ശിക്ഷിക്കപ്പെട്ട മഹാപ്രതിഭ

കഴിഞ്ഞകാലത്തെ പുരോഗമനവാദികൾ ചങ്ങമ്പുഴയെ വിലയിരുത്തുന്നതിൽ കാണിച്ച അവിവേകത്തിൽനിന്ന് ഇതും ഊഹിക്കാവുന്നതേയുള്ളൂ. സ്വർഗ്ഗങ്ങളിലേക്കും വിഭ്രാന്തികളിലേക്കും ശൂന്യതയിലേക്കും തെന്നിത്തെന്നിപ്പോയ ചങ്ങമ്പുഴ, ജീവിക്കുവാൻ കൊള്ളരുതാത്തതായിത്തീർന്ന ഈ ലോകത്തിന്റെ പൊയ്മുഖം പൂർണ്ണമായി വലിച്ചു ചീന്തിയ ആദ്യത്തെ മലയാളകവിയായിരുന്നു. ലോകത്തെ അറിഞ്ഞതിനും അറിഞ്ഞപടിതന്നെ ആവിഷ്കരിച്ചതിനും ഉള്ള ശിക്ഷ-ഒരു പ്രതിഭയ്ക്കുള്ള ശിക്ഷ- അദ്ദേഹം അനുഭവിക്കുകയും ചെയ്തു. പക്ഷേ അന്നു ജീവിച്ചിരുന്ന

ഒരു രാഷ്ട്രീയദാർശനികനും കഴിയാത്തവിധം, നാം ജീവിക്കുന്ന ലോകത്തിന്റെ കാപട്യത്തെക്കുറിച്ച്, ദയനീയതയെക്കുറിച്ച്, ക്രൂരതയെക്കുറിച്ചുള്ള ആത്മീയമായ ഉണർവ് ചങ്ങമ്പുഴയാണ് നമുക്കു നൽകിയത്. അറിയുക എന്നതാണ് മാറ്റത്തിന്റെ ആരംഭം എന്ന് ഏതു മാർക്സിയൻ നിരൂപകനാണറിയാത്തത്?

പക്ഷേ, ചങ്ങമ്പുഴയുടെ കാവ്യാത്മകവും സാമൂഹ്യവുമായ അർത്ഥം ഉൾക്കൊള്ളാൻ കഴിയാത്ത പുരോഗമനവാദികൾ ഇപ്പോഴുമുണ്ട് എന്നതു അത്ഭുതമായിരിക്കുന്നു. ഉപരിപ്ലവതയുടെയും ബാഹ്യസംഗീതത്തിന്റെയും കവിയായി അവരദ്ദേഹത്തെ കാണുന്നു. കാളിദാസൻ നൂറ്റാണ്ടുകളിൽക്കൂടി ജീവിച്ചപ്പോൾ ചങ്ങമ്പുഴ തന്റെ നൂറ്റാണ്ടിൽ തന്നെ മരിച്ചുകഴിഞ്ഞതായാണവർ കരുതുന്നത്. യാന്ത്രികമായ ഭൗതികവാദം ആത്മീയവാദത്തിൽ തലകുത്തിവീഴും എന്ന് കോഡ്‌വൽ പണ്ടുപറഞ്ഞിട്ടുണ്ട്. നമ്മുടെ പുരോഗമനവാദികൾ ശാശ്വതമൂല്യത്തിലാണ് തലകീഴായി വീണുപോയിരിക്കുന്നത്. ഒരു കാലഘട്ടത്തിന്റെ മുഴുവൻ ഐതിഹാസികവിമർശനമായിത്തീർന്ന ചങ്ങമ്പുഴയുയേയും ഇടപ്പള്ളിയേയും കണ്ടെത്താൻ കഴിയാതെവരുന്നത് മാർക്സിയൻ വീക്ഷണം കൊണ്ടാണെന്നു ഞാൻ കരുതുന്നില്ല. കലയുടെ പ്രവർത്തനത്തെക്കുറിച്ചുള്ള പരിമിതദർശനം കൊണ്ടാവണം. വ്യക്തിയെ ഏകാകിയാക്കുന്ന, പരാജിതനാക്കുന്ന, മരണത്തിന്റെ താഴ്‌വരയിൽ കൊണ്ടെത്തിക്കുന്ന അന്ധസമുദായത്തിന്റെ ക്രൂരത അവർ ഇടപ്പള്ളിയുടെ കവിതയിൽ കാണുമായിരുന്നു. മൃതതുല്യമായ ജീവിതസത്യങ്ങളെക്കുറിച്ചുള്ള ബോധത്തിൽനിന്നേ 'മണിമുഴക്കം' എന്ന കവിതയുണ്ടാകൂ. ഹൃദയത്തിൽ നിന്നു ഹൃദയത്തിലേക്കുള്ള എളുപ്പവഴി ബാഹ്യപ്രപഞ്ചത്തിൽ എന്നപോലെ ഒരു ഋജുരേഖയല്ല, വക്രരേഖയാകുന്നു. ക്ഷുദ്ധവിപ്ലവസാഹിത്യത്തിന്റെ അനുഭവത്തിൽ നിന്ന് ഇതു മനസ്സിലാക്കേണ്ടതാണ്.

കാലബിന്ദു

ചങ്ങമ്പുഴയെക്കുറിച്ചു പഴയ പുരോഗമനക്കാർക്ക് ഇന്നും പറ്റിക്കൊണ്ടിരിക്കുന്ന പാളിച്ച ലാക്ഷണികമായ ഒരബദ്ധം തന്നെയാകുന്നു. കലാകാരന്റെ സ്വത്വത്തെക്കുറിച്ചുള്ള മൗലികസങ്കല്പങ്ങളിൽത്തന്നെ ഈ തെറ്റടങ്ങിയിരിക്കുന്നു. ഒരു കവി അറിയുന്നതും ആവിഷ്കരിക്കുന്നതുമായ ലോകം ജ്ഞാനത്തിന്റെയോ തത്ത്വചിന്തയുടെയോ അല്ല. അയാളുടെ അനുഭവം അതിസംവേദനക്ഷമമായ ഇന്ദ്രിയപടലത്തിൽ നിന്നും മാനസഗ്രന്ഥിയിൽ നിന്നും വന്നുചേരുന്നു. സത്യത്തിന്റെ തലങ്ങളെ സ്പർശിക്കുവാൻ സൂക്ഷ്മവും ദുർബലവും ആയ സ്പർശിനികളുള്ളവനേ

കലാകാരനാകും. വേദനകളെക്കുറിച്ചുള്ള ഈ അപൂർവമായ പൂർവബോധമാണ് അയാളുടെ കൈമുതൽ. ഇതുതന്നെയാണ് കലാകാരന്മാരുടെ ആന്തരദുഃഖത്തിനടിസ്ഥാനം-ഒരു കാലഘട്ടത്തിന്റെ അലസപ്രജ്ഞ ഉണരുകയും അറിയുകയും ചെയ്യുന്നതിന് മുമ്പ് കവിപ്രജ്ഞ മനുഷ്യാവസ്ഥയുടെ ചൈതന്യത്തെ ഉൾക്കൊള്ളുന്നു. കവിതയുടെ ഒരു സാമൂഹ്യപ്രയോജനം കാലബിന്ദുവിനെക്കുറിച്ചുള്ള അഗാധബോധം തന്നെ.

കുടിയന്മാരും ഗോസായികളും

ഒരു മഹാപ്രതിഭയ്ക്ക് ഒരു കാലത്തിന്റെ സ്പന്ദത്തെ മുഴുവൻ ഉൾക്കൊള്ളാൻ കഴിഞ്ഞു എന്നുവരാം. നാനാമുഖങ്ങളായ സംവേദനങ്ങളാൽ ഉദ്ഭ്രാന്തവും വ്രണിതവും ക്ഷുബ്ധവും വിഷാദമഗ്നവുമായ ചങ്ങമ്പുഴയുടെ ഭാവതലത്തിൽ പ്രപഞ്ചത്തിന്റെ വിചിത്രങ്ങളായ പ്രതിസ്പന്ദങ്ങളുണ്ടായിരുന്നു. ഇന്ന് ഒരു ചങ്ങമ്പുഴയില്ല. പക്ഷേ, അതുകൊണ്ട് നമ്മുടെ കവികൾ അനുഭൂതിയുടെ പുതിയ മേഖലകളിലേക്കു നടത്തുന്ന പര്യടനങ്ങൾ വ്യർത്ഥമോ ജീവിതവിരുദ്ധമോ ആണെന്നു വരുന്നില്ല. അർത്ഥത്തിന്റെ പുതിയ കരകൾ തേടി അലയുന്ന കൊളംബസ്സിന്റെ ഉദാത്തതയും സാഹസികതയും അവരിൽ അല്പമെങ്കിലുമുണ്ട്. ഇവരെ കുടിയന്മാരെന്നോ ഗോസായികളെന്നോ ശകാരിക്കുന്നതിലും പുരോഗമനത്തിന്റെ അംശമൊന്നുമില്ല. ഇതു മാത്രമായിരുന്നു തെറ്റെങ്കിൽ, ഇവർ കവികളല്ലാത്ത, മാന്യന്മാരായ നേതാക്കളായിത്തീരുകയേ ചെയ്യുമായിരുന്നുള്ളൂ. മനുഷ്യനെ മദ്യത്തിലേക്കും മരണത്തിലേക്കും കേവലജീവിതസത്യമായിത്തീർന്നിട്ടുള്ള ശാരീരികാനുഭവങ്ങളിലേക്കും കൊണ്ടെത്തിക്കുന്ന സന്ദർഭങ്ങൾക്ക് അവർ വാക്കുകൾ നൽകുന്നു. തന്റെ അനുഭവജലത്തിൽ നിന്ന് ഇഴഞ്ഞു പുറത്തെത്തുമ്പോൾ ഈ അനുഭവത്തിന്റെ രൂപം കവി മനുഷ്യവർഗ്ഗത്തിനു നൽകുന്നു. രൂപനിർമ്മിതിക്കുള്ള സാമർത്ഥ്യമാണ് കലാകാരന്റെ സർവോത്തരമായ സിദ്ധി. ഇന്നത്തെ കലാകാരൻ അവന്റെ നാദം കേൾപ്പിക്കേണ്ടത് ക്ഷേത്രത്തിലോ ഗ്രാമത്തിലോ ഘോഷയാത്രയിലോ അല്ല. മഹാനഗരങ്ങളിൽ ഉയരുന്ന ഉരുളുകളുടെ മനുഷ്യേതരപ്രപഞ്ചത്തിൽ അവന് മനുഷ്യന്റെ ശബ്ദം കേൾപ്പിക്കേണ്ടിയിരിക്കുന്നു. മനുഷ്യൻ ജീവിച്ചിരിക്കുന്നു എന്നു സ്വയം ബോദ്ധ്യപ്പെടുത്തുവാനുള്ള ഒരു ശ്രമം കൂടിയാണ് ഇന്നത്തെ കല. നമ്മുടെ മഹാനഗരങ്ങളിൽ നിന്നുദ്ഭവിച്ചു തുടങ്ങിയ അത്യാധുനികസാഹിത്യം പുതിയ യാഥാർത്ഥ്യത്തിന്റെ മർദ്ദം നഗരങ്ങളോളം എത്തിക്കഴിഞ്ഞു എന്നതിന്റെ സൂചന മാത്രമാകുന്നു.

ഏതു സ്കൂളിൽ?

ഭാവുകത്വത്തിലും ആവിഷ്കരണത്തിലും വന്നുകൊണ്ടിരിക്കുന്ന മാറ്റമത്രയും വൈദേശികമാണെന്നാക്ഷേപിക്കുന്നവരുണ്ട്. "ഈ ആധുനികന്മാർ ഏതു സ്കൂളിലാണ് പഠിച്ചത്?" എന്ന് ഒരു കവി ഉപഹസിച്ചതായി നിരൂപകർ പറഞ്ഞുനടക്കുന്നുണ്ടല്ലോ. നമ്മുടെ സ്കൂളുകൾ പോലും വിദേശീയമാതൃകയിലായിരിക്കെ കവിതയെക്കുറിച്ചുമാത്രം ഇത്തരമൊരാഭിജിത്യത്തിനു യാതൊരു പ്രസക്തിയുമില്ല. കലയിലേക്കു പുതുമയെ ആവാഹിക്കുവാനുള്ള ഒരു നിയതമാർഗം നമുക്ക് അനുകരണം തന്നെയാണ്. ചങ്ങമ്പുഴ ആദ്യം ഇംഗ്ലീഷ് കവികളെയും പിന്നീട് ഫ്രഞ്ച് സിംബലിസ്റ്റുകളെയും അനുകരിക്കുകയാണുണ്ടായത്. എൻ.വിയുടെ റൊമാന്റിക് വിരുദ്ധപ്രസ്ഥാനം ആദ്യം റൊമാന്റിസിസത്തിന്റെ തന്നെയും പിന്നീട് ആന്റിറൊമാന്റിക് പ്രസ്ഥാനമായ ഇമേജിസത്തിന്റെയും അനുസരണമായിരുന്നുവല്ലോ. അനുഭവത്തിനു പുതിയ പാറ്റേണുകൾ കണ്ടുപിടിക്കുവാനുള്ള ഒരു മാർഗ്ഗം പുതിയ രംഗങ്ങളിൽനിന്നു മാതൃക കണ്ടെത്തുകയാണ്. പഴമയുടെ നിരാകരണവും വിദേശീയതയുടെ അനുകരണവുമാണ് നവീനതയുടെ ആരംഭം. ഇതിനെ തന്റെ പ്രതിഭയും അനുഭവവും ചേർത്ത് സമന്വയിക്കുമ്പോൾ ഒരു കവിക്ക് അയാളുടേതായ ശൈലി ലഭിക്കുന്നു. ജർമ്മനിയിലിൽനിന്നു തത്ത്വചിന്തയും ആസ്ത്രിയയിൽ നിന്ന് സൗന്ദര്യശാസ്ത്രവും സ്വീകരിക്കുന്ന അന്താരാഷ്ട്രീയവാദികൾ മനുഷ്യന്റെ കല സാർവലൗകികമായിരിക്കണമെന്നാണ് വാദിക്കേണ്ടത്.

ഇതവർ ചെയ്യുന്നില്ലെന്നു മാത്രമല്ല, പുരോഗതിയുടെ പേരിൽ അകാലികമായി, ബുദ്ധിശൂന്യമായി, പഴയ പ്രൊക്രസ്റ്റസ്സിന്റെ കട്ടിൽ വീണ്ടും വലിച്ചുകൊണ്ടുവരികയും ചെയ്യുന്നു. ഏകമുഖമായ ഒരു ലക്ഷ്യം ഇല്ലാത്തതു കൊണ്ടും ഈ ലക്ഷ്യം നിറവേറ്റുവാനുള്ള യന്ത്രസാമഗ്രികളില്ലാത്തതുകൊണ്ടും ഈ പിടിവാദങ്ങൾക്ക് ഒരു സ്വർഗ്ഗവും നേടിയെടുക്കാൻ കഴിയില്ലെന്നു തീർച്ചയാണ്. കഴിയുന്നതാകട്ടെ യഥാർത്ഥ കലാകാരന്മാരെ പിണക്കി അയക്കുവാനും അല്പലക്ഷ്യങ്ങളുള്ള പുലിത്തോൽ വേഷക്കാരെ അട്ടപ്പിച്ചുനിർത്തുവാനും മാത്രമാകുന്നു, മനുഷ്യന്റെയും അവന്റെ ഉപകരണമായ ലോകത്തിന്റെയും ദ്വന്ദ്വാത്മകബന്ധത്തിൽ നിന്നുരുത്തിരിയേണ്ട കലയെ ചാലുകളിൽ ഇറക്കിനിർത്തുന്നത് ദ്വന്ദ്വാത്മകഭൗതികവാദമല്ല, ആദർശാത്മകമായ അദ്വൈതവാദമാണുതാനും.

നമ്മുടെ സമുദായത്തിന്റെയും ചരിത്രത്തിന്റെയും വിശകലനത്തിൽ നിന്ന് സ്പഷ്ടമാകേണ്ട ഇക്കാര്യങ്ങൾ ഇപ്പോഴും കാണാതിരിക്കുന്നത്

നമ്മുടെ പുരോഗമനവാദികളുടെ യാഥാസ്ഥിതികത്വം കൊണ്ടാണ്. അവരതുപേക്ഷിക്കും എന്നു പ്രതീക്ഷിക്കാവുന്നതും അല്ല. ചരിത്രത്തിൽ നിന്നും പഠിക്കുന്ന ഒരു പാഠം ചരിത്രത്തിൽ നിന്നും നാം ഒന്നും പഠിക്കുന്നില്ല എന്നതാണല്ലോ.

സ്വർണ്ണമത്സ്യങ്ങൾ

നമ്മുടെ നിരൂപണരംഗം അനുദിനം അശക്തവും നിരുത്സാഹവും ആയിവരികയാണ് എന്നതിനു യാതൊരു സംശയവുമില്ല. മറ്റു ജീവിതരംഗങ്ങളിൽ വലിയ വികാസങ്ങളുണ്ടായിക്കൊണ്ടിരിക്കുമ്പോൾ സാഹിത്യത്തിൽ മാത്രം ഈ സങ്കോചം വന്നുകൂടാത്തതാണ്. രണ്ടു ദശകത്തിനു മുമ്പ് എല്ലാ ലോകപ്രശ്നങ്ങളെക്കുറിച്ചും ചർച്ച ചെയ്തു തീരുമാനങ്ങളെടുത്തിരുന്നവരായിരുന്ന കേരളീയ നിരൂപകന്മാർ. അവർക്കു വഴങ്ങാത്ത ഒരു ശാസ്ത്രവും അവരുടെ താക്കോൽ തുറക്കാത്ത ഒരു പ്രഹേളികയും ഉണ്ടായിരുന്നില്ല. നമ്മുടെ മാനസികജീവിതത്തിലെ ഏറ്റവും സജീവമായ പ്രശ്നം സാഹിത്യനിരൂപണമാണ് എന്നു വരുത്തിത്തീർക്കുവാൻ അവർക്കു കഴിഞ്ഞു.

ആ തലമുറ വാസ്തവത്തിൽ മാഞ്ഞുപോയിട്ടില്ല. കേസരിയും എം.പി. പോളുമൊഴികെ മറ്റെല്ലാ മഹാരഥന്മാരും നമ്മുടെ ഇടയിലുണ്ട്. അവർ ജീവിച്ചിരിക്കുന്നുവെങ്കിലും നിരൂപണത്തിൽ അവർ ജീവിക്കുന്നില്ല തന്നെ. മുൻതലമുറ പാടെ നിരാകൃതമാകുകയും സുശിക്ഷിതമായ യുവനിരൂപകപ്രതിഭ പ്രതിഷ്ഠിക്കപ്പെടുകയും ചെയ്തിരുന്നുവെങ്കിൽ ഈ മാറ്റത്തിൽ അസ്വാഭാവികമായ ഒന്നും ഉണ്ടാകുമായിരുന്നില്ല. തലമുറകളുടെ ഗർത്തം എന്നതിനു നാമകരണം ചെയ്തു സമാധാനിക്കുകയും ചെയ്യാമായിരുന്നു. ഇവിടെ ശിശിരം പോയില്ലെന്നുമാത്രമല്ല, പുതിയ പുഷ്പകാലം ആരംഭിക്കുകയും ഉണ്ടായില്ല.

എസ്റ്റാബ്ലിഷ്മെന്റ് എന്ന പൊൻവല

ഒട്ടും അസൂയാവഹമല്ലാത്ത ഈ അവസ്ഥ ഇന്നത്തെ ഇന്ത്യൻ സാഹിത്യകാരന്റെ ദയനീയമായ അവസ്ഥയുടെ ഒരു ഭാഗം മാത്രമാകുന്നു. ഏതാനും വർഷങ്ങൾക്കുമുമ്പ് പെട്ടെന്നു വാതിൽ തുറന്ന

വൈകുണ്ഠത്തിൽ അയാൾ ഏറെക്കുറെ അടയ്ക്കപ്പെട്ടുകഴിഞ്ഞു. ഇതൊ രാസൂത്രിതമായ വഞ്ചനയാണ് എന്നല്ല. പക്ഷേ, പ്രശസ്തരായ പ്രതി ഭാശാലികളെയെല്ലാം നിരായുധരാക്കത്തക്ക വികാസമാണ് നമ്മുടെ സാംസ്കാരികസ്ഥാപനങ്ങൾക്കുണ്ടായത്. സ്പർശിനികളെ സങ്കോചിപ്പി ച്ച് മൃത്യുതുല്യമായ സുഖനിദ്രയിൽ മുഴുകുവാൻ അവർക്കു അവസരം ലഭിച്ചു. നമ്മുടെ കവികൾ എന്നും ജീവിതയാതനകളനുഭവിച്ചുകൊണ്ടിരിക്കണം എന്ന ക്രൂരത ഞാനുദ്ദേശിച്ചിട്ടില്ല. പക്ഷേ, ഈ വേദനയുടെ നിമിഷങ്ങ ളിലേ അവർ കവികളായിത്തീരുന്നുള്ളൂ. പിന്നീടവർ സാമാന്യജീവിത ധാരയിൽ ലയിച്ച് ശ്രദ്ധേയരല്ലാതായിത്തീരുന്നു.

ഒരു കവി സാമാന്യമനുഷ്യനായിത്തീരുവാൻ ഇന്നു വേണ്ടിവരുന്ന സമയം മുമ്പുണ്ടായിരുന്നതിനേക്കാൾ എത്രയോ കുറഞ്ഞുപോയിട്ടുണ്ട്. ഉണർന്നുകൊണ്ടുതന്നെ അയാൾ എസ്റ്റാബ്ലിഷ്മെന്റിന്റെ സുഖദമായ ആലിംഗനത്തിൽ വീണ്ടും അമർന്നുറങ്ങാൻ തുടങ്ങുന്നു. ബഷീറിനോ തകഴിക്കോ ദേവിനോ ലഭിച്ചിട്ടില്ലാത്ത ക്ഷിപ്രഭാഗ്യം ഇന്ന് ഏതു യുവസാ ഹിത്യകാരനും ലഭിക്കുന്നതാണ്. വളരെ വ്യാപകമായി വിരിച്ചിട്ടിരിക്കുന്ന ഒരു സൗവർണ്ണവലയത്തിൽ അവർ ചെന്നുവീഴുന്നു. കലാശാലകൾ, സ്ഥാനമാനങ്ങൾ, സഹായധനങ്ങൾ, അക്കാദമികൾ, റേഡിയോ നിലയങ്ങൾ, പത്രസ്ഥാപനങ്ങൾ എന്നിവയിലേതെങ്കിലുമൊന്നിൽ ബന്ധനസ്ഥനാകുവാനുള്ള സൗഭാഗ്യവും സ്വാതന്ത്ര്യവും അയാൾക്കു ണ്ട്. അഥവാ ഇവയിലും പാരതന്ത്ര്യം മണക്കുന്ന ജീവന്മുക്തന്മാർക്ക് വ്യവസായസ്ഥാപനങ്ങൾ ഒരുക്കിയിട്ടുള്ള സാംസ്കാരികസത്രങ്ങളിൽ ഉണ്ടുറങ്ങുവാനോ കുട്ടിക്കളിപ്പുരയിൽ വെയിലേൽക്കാതിരുന്നു മണ്ണപ്പം ചുട്ട് കളിക്കുവാനോ കഴിയും. എല്ലാ വിപ്ലവാവേശങ്ങളും അതിവേഗം വിലയ്ക്കു വാങ്ങുവാൻ ഇന്നു സമുദായത്തിനു സാധ്യമാണെന്നു വന്നിരി ക്കുന്നു. രാഷ്ട്രീയവധങ്ങൾ നടക്കാത്ത ദിവസങ്ങളിൽ ദിഗംബരകവിത യെക്കുറിച്ചുള്ള ഒരു ഫീച്ചർ വേണ്ടത്ര ‘ഉദ്വേഗജനക’മാകും. പുതിയ വ്യവ സായസമുദായത്തിന്റെ മർദ്ദകമായ ആകർഷണത്തിൽ കുടുങ്ങാത്തതും ഒതുങ്ങാത്തതും ആയ അദമ്യപ്രതിഭകൾക്കു മാത്രമേ സാഹിത്യത്തെ ഏറെനേരം സചേതനമാക്കി നിർത്തുവാൻ കഴിയൂ.

ബലികാക്കകൾ

സർഗ്ഗാത്മകസാഹിത്യത്തെ ആകർഷിച്ചു മരവിപ്പിക്കുന്ന ഈ അവസ്ഥ നിരുപണത്തെ പ്രക്ഷീണമാക്കണമെന്നില്ല. സഹായധന ങ്ങളും സർവകലാശാലകളും വിശദമായ സാഹിത്യപഠനത്തിന് പ്രോ ത്സാഹകമാവേണ്ടതാണ്. പാണ്ഡിത്യത്തിന്റെ ഗംഭീരമായ പശ്ചാത്തലം ഒരുക്കിക്കൊടുക്കുവാൻ അവയ്ക്കു കഴിയും. അംഗീകൃതമായതിനെ മാത്രം

ബഹുമാനിക്കുന്ന സ്ഥാപനങ്ങൾക്ക് സജീവ സാഹിത്യം പഠനവിഷയമാക്കുവാൻ കഴിയുകയില്ല എന്നതാണ് ഇതിന്റെ താത്ത്വികമായ പരിമിതി. ജീവിതത്തെക്കുറിച്ചുള്ള സംഭാഷണമല്ല മരണത്തെക്കുറിച്ചുള്ള പ്രസംഗമാണ് വിദ്യാഭ്യാസം. എല്ലാ ഉദകക്രിയകൾക്കും അതിന്റേതായ ബലിക്കാക്കകളുണ്ടാകുന്നു എന്നതാണ് ഈ പദ്ധതിയുടെ സവിശേഷത. പിതൃപ്രീതിക്കായി പിണ്ഡങ്ങൾ അവയ്ക്കുമാത്രം അർപ്പിക്കപ്പെടുന്നു. കൊക്കുള്ള ജീവികളിൽ കാക്കയ്ക്കുമാത്രം വംശനാശം സംഭവിക്കുന്നില്ല.

നിഗൂഢമായ അങ്കനങ്ങൾ

ഔദ്യോഗികവും അനൗദ്യോഗികവുമായ സമ്മാനങ്ങളും ബഹുമതികളുമാണ് സാഹിത്യനിർമ്മാണത്തെയും നിരൂപണത്തെയും അഗാധമായി സ്വാധീനിക്കുന്ന ആധുനികവസ്തുത. ഒരർത്ഥത്തിൽ സമ്മാനം വളരെ പഴയ ഒരേർപ്പാടുതന്നെ. അതു പട്ടായും വളയായും പണമായും മുമ്പും നൽകപ്പെട്ടുപോന്നിട്ടുണ്ട്. രാജകീയമായ ബഹുമതിപ്പട്ടങ്ങളും ഇവിടെ വളരെ പഴക്കംചെന്ന ഒരേർപ്പാടുതന്നെ. അവയെ പിന്നെപ്പിന്നെ പുച്ഛിച്ചു തള്ളിയ നാം തന്നെ അവയെ പുതിയതും കൂടുതൽ ആപൽക്കരവും ആയ രീതികളിൽ വീണ്ടും സൃഷ്ടിക്കുകയാണുണ്ടായത്. നിരന്തരമായി ചർച്ചചെയ്യപ്പെടുകയാണ് കലയുടെ പരമമായ സാഫല്യം എന്ന സത്യത്തിൽനിന്ന് അത് ആസ്വാദകന്റെയും കലാകാരന്റെയും ശ്രദ്ധയെ അപനയിക്കുന്നു-അലിയുന്ന കല്ലുകൾ സംഗീതത്തിന്റെ മഹത്വം നിർണ്ണയിച്ചിരുന്നു! എങ്കിലും അലിയുന്ന ഹൃദയങ്ങളിലാണ് സംഗീതത്തിന്റെ സാഫല്യം. തീയിനെ ജയിച്ചതാണ് സ്വപ്നവാസവദത്തത്തിന്റെ മഹത്വമെന്നു പണ്ഡിതന്മാർ പറയുമെങ്കിലും സമാജികരുടെ പരിതോഷമാണ് കലയുടെ സാധുത നിർണ്ണയിക്കുന്നതെന്നു കാളിദാസനും ഭാസനും ബോധമുണ്ടായിരുന്നു. വായിക്കുകയും ചർച്ച ചെയ്യുകയും അംഗീകരിക്കുകയുമായിരുന്നു ഇന്നലെവരെ ഇവിടുത്തെ എഴുത്തുകാർ കൊതിച്ചിരുന്നത്. ഇന്നതു സമ്മാനിതമാകുക എന്നതായി മിക്കവാറും മാറിക്കഴിഞ്ഞു. പ്രശസ്തിപത്രത്തിലെ ചതുരശ്രശോഭിയായ വാക്യങ്ങളാണ് അയാളെ വ്യാമുഗ്ദ്ധനാക്കുന്നത്. തന്റെ മുക്തി വിദൂരമായ ഈ സുവർണ്ണാനുഭവത്തിലാണെന്ന് കവികൾ കരുതുവാൻ തുടങ്ങിയിരിക്കുന്നു.

ഏതാനും കാരറ്റും അതിലേറെ കവികളും ഉള്ളതുകൊണ്ട് ഇത് കവികളുടെ നിരന്തരമായ ഇച്ഛാഭംഗത്തിനും സർഗ്ഗപ്രതിഭയുടെ മാന്ദ്യത്തിനും മാത്രമേ ഉപകരിക്കുന്നുള്ളൂ. ഇത് നിരൂപണത്തിന്റെയും ഒരർത്ഥത്തിൽ കവിതയുടെയും പരാജയത്തെയാണ് കുറിക്കുന്നത്. വാസ്തവത്തിൽ മഹാപണ്ഡിതന്മാരുടെ സമിതികൾ നിർണ്ണയിക്കുന്ന

ഈ ബഹുമതികളിൽ എന്താണൊരു കുറവ് എന്നു പലർക്കും സംശയം തോന്നാം. വായനക്കാരനുമായി നിരൂപകൻ നടത്തുന്ന ചർച്ച അഥവാ നിരൂപണം അല്ല, ഗൂഢമായ അങ്കന (marks)ങ്ങളാണ് സമ്മാനത്തിന്റെ അടിസ്ഥാനം. ഈ ഗൂഢാത്മകത സമ്മാനത്തെ നിന്ദ്യമാക്കേണ്ടതിനു പകരം പവിത്രവും അത്ഭുതകരവുമാക്കിക്കീർക്കുകയാണ് ചെയ്യുന്നത്. ഒരു എഴുത്തുകാരനോ പ്രസാധകനോ തൃപ്തിപ്പെടുത്തേണ്ടത് വായനക്കാരനെയല്ല, സമ്മാനസമിതിയെയാണ് എന്ന ഒരവസ്ഥ ഇതുമൂലം ഉണ്ടാകുന്നു. നമ്മുടെ പുസ്തകരചനയെയും പ്രസാധനത്തെയും പത്തോ ഇരുപതോ വർഷംകൊണ്ട് തന്നെ ഈ സമ്മാനശൃംഖല അഗാധമായി സ്വാധീനിച്ചിട്ടുണ്ട്. സമ്മാനങ്ങൾക്കായി പുസ്തകങ്ങൾ എഴുതപ്പെടുകയും പുനഃപ്രസാധനം ചെയ്യപ്പെടുകയും പതിവായിരിക്കുന്നു. ലോകനീതി നാം അറിയുംവിധമൊക്കെയായിരിക്കെ, കമ്മിറ്റിയുടെ അഭിപ്രായത്തെയും പിന്നെ പിന്നെ ഘടനയെത്തന്നെയും സ്വാധീനിക്കുക എന്നതായിരുന്നു ബഹുമതിയുടെ തന്ത്രം.

വാജീകരണത്തിന്റെ വിജയം

പഴയ നിരൂപകന്മാരും പണ്ഡിതന്മാരും വാസ്തവത്തിൽ അഭയം പ്രാപിച്ചിരിക്കുന്നത് മാന്യതകൾ ദാനംചെയ്യുന്ന കമ്മിറ്റികളിൽതന്നെയാണ്. ഇതിൽ തെറ്റായിട്ടൊന്നുമില്ല. എത്തേണ്ടിടത്താണ് യഥാർത്ഥത്തിൽ അവർ എത്തിച്ചേർന്നിരിക്കുന്നത്. അന്യൂനമായ സഹൃദയത്വമോ വ്യാപകവും ഗംഭീരവും ആയ പാണ്ഡിത്യമോ യുവപ്രതിഭയുടെ ഭാവസ്പന്ദങ്ങളോട് അനുസ്പന്ദിക്കുന്ന ഭാവുകത്വമോ അവർക്കാവശ്യമില്ല. സമിതികളിൽ നിന്നു പുറംതള്ളപ്പെടാതിരിക്കുവാനുള്ള സാഹിത്യേതര കലകളിൽ അഭ്യാസദാർഢ്യം വേണമെന്നേയുള്ളൂ. വാർധക്യത്തോടെ പക്വത പ്രാപിക്കുന്ന ഈ സിദ്ധികൾ ഔദ്യോഗികസമിതികളെ വൃദ്ധസമിതികളാക്കിത്തീർത്തു കഴിഞ്ഞിരിക്കുന്നു. ജെറിയാട്രിക്സിന്റെ വികാസംകൊണ്ട് ആത്മസ്പന്ദം മാത്രം നിലച്ച ഒരു മൃത്യുഞ്ജയശക്തിയാണ് ലഭിച്ചിട്ടുള്ളത്. രണ്ടു ദശകത്തിനുമുമ്പ് കേസരി ബാലകൃഷ്ണപിള്ള ദീർഘദർശനം ചെയ്ത ജീവിതവിപത്ത് ഇന്ന് യാഥാർത്ഥ്യമായിത്തീർന്നു എന്നാണിതിന്നർത്ഥം.

ഇന്നലെവരെ അന്യോന്യം കടിച്ചീമ്പി രക്തം കുടിക്കുകയും കുടൽമാലകൾ ചൂടി നൃത്തം ചവിട്ടുകയും ചെയ്തിരുന്ന ഹിംസ്രജീവികൾ വംശവൈരം പോലും മറന്ന് സർക്കസ്സ്മൃഗങ്ങളെപ്പോലെ യജമാനന്റെ രജതപാത്രത്തിൽനിന്ന് ഒന്നിച്ചിരുന്നു പാലുകുടിക്കുന്നു! ഇത് പുതുതായി നേടിയ സഹിഷ്ണുതകൊണ്ടാകാം. അലയാതെ കിട്ടുന്ന ഭക്ഷണത്തിന്റെ രസംകൊണ്ടാകാം. ഭയംകൊണ്ടുമാകാം. സിംഹമല്ലാതായിത്തീർന്ന

സിംഹത്തേക്കാൾ ദയനീയമായി മറ്റെന്താണുള്ളത്! നമ്മുടെ പഞ്ചാനനന്മാർ കൂട്ടുകൾക്കുള്ളിൽ അയത്നലബ്ധമായ ഇറച്ചി തിന്നുറങ്ങുന്നു! അവരുടെ ഇടയ്ക്കിടെയുള്ള ഗർജ്ജനം കുട്ടികളെപ്പോലും ചിരിപ്പിക്കുന്നതേയുള്ളൂ.

വിദ്യാഭ്യാസത്തിനുണ്ടായ പുതിയ വികാസത്തിന്റെ ഫലമായി നമ്മുടെ യുവനിരൂപകന്മാരിൽ പലരും പ്രാചീനസാഹിത്യഗവേഷകന്മാരായിത്തീർന്നിട്ടുണ്ട്. ആധുനികസാഹിത്യം പ്രാചീനമാകുമ്പോഴും അതിനു ഗവേഷണത്തിന്റെ ഹസ്താവലംബം ഉണ്ടാകാതിരിക്കുകയില്ല. സ്മരണീയമായി മരിക്കുക എന്നതിനേക്കാൾ എത്രയോ അഭികാമ്യമാകുന്നു സ്മാരകത്തിനു വേണ്ടി മരിക്കുക എന്നത്!

അക്കാദമിക് നിരൂപണരീതികളുടെ സംഭാവനയായി മലയാളത്തിൽ താരതമ്യാത്മകമായ നിരൂപണത്തിന്റെ തുടക്കമെങ്കിലും മുമ്പു തന്നെ കുറിക്കപ്പെട്ടിട്ടുണ്ട്. അതിന്റെ തുടർച്ചയായി നിരൂപണചരിത്രത്തിന്റെ പഠനംകൊണ്ട് വ്യാപ്തിയേറിയ പുതിയ മാനദണ്ഡങ്ങൾ ഇവിടെ വളർന്നുവരേണ്ടതായിരുന്നു. അതുണ്ടായില്ലെന്ന് മാത്രമല്ല നമ്മുടെ പുതിയ നിരൂപണങ്ങൾ അധികമധികം കർക്കശവും കലുഷവും ആയിത്തീരുകയും ചെയ്തു. നാം പഠിക്കുന്ന ആശയങ്ങളും പറയുന്ന വാക്കും ജീവിക്കുന്ന ജീവിതവും തമ്മിൽ ഉണ്ടായിക്കഴിഞ്ഞിട്ടുള്ള പിളർപ്പിനെമാത്രമേ ഇത് വിളിച്ചറിയിക്കുന്നുള്ളൂ. വാസ്തവത്തിൽ നാം പഠിക്കുകയായിരുന്നില്ല, പകർത്തുകയായിരുന്നു എന്നാണ് ഈ പരിണാമം കൊണ്ട് ഊഹിക്കാൻ കഴിയുന്നത്.

പ്രസാധകന്റെ മോതിരവിരലുകൾ

നിരൂപണസാഹിത്യത്തെ ഇന്നു മരിക്കാതെ നിലനിർത്തുന്ന ഒരു ശക്തി; സർവശക്തമായ പാഠ്യപുസ്തകവ്യവസായം തന്നെയാണ്. സാഹിത്യവിമർശനമാണ് ഉത്തമഗദ്യമെന്ന തെറ്റിദ്ധാരണ നിലനിൽക്കുന്നിടത്തോളം കാലം ഈ വ്യായാമം തുടർന്നുപോകുന്നതുമാണ്. ഈ ആനുകൂല്യത്തിനു പകരമായി വ്യവസായം നിരൂപകനോട് പലതും ആവശ്യപ്പെടുന്നുണ്ട്. മാന്യത എന്നു തെറ്റായി വിളിക്കുന്ന സമാന്യതയാണ് അതിലൊന്ന്. ഇത് ടെക്സ്റ്റ്ബുക്ക് നിരൂപണത്തെ നിർവീര്യമാക്കുന്നു. ഒരേ അധ്യാപകൻ ഒരേ വിദ്യാർത്ഥി സമൂഹത്തെ പഠിപ്പിക്കുന്നതുകൊണ്ട് നിരൂപണഗ്രന്ഥം വൈവിധ്യമുള്ള വിഷയങ്ങൾ കൊണ്ട് കൊരുത്ത മാല്യമായിരിക്കണം. തനിക്കറിയാത്ത കാര്യങ്ങൾ ഗ്രന്ഥകാരൻ പറഞ്ഞേതീരൂ എന്നാണിതിനർത്ഥം. അറിയാത്തതു പറഞ്ഞു ശീലിക്കുവാൻ ഗ്രന്ഥകാരന്മാർ ഇങ്ങനെ നിർബന്ധിതരാകുന്നു.

ഉദ്ധരണങ്ങൾ കൊണ്ട് സനാഥങ്ങളും ഖണ്ഡികകൊണ്ട് സൂചിന്തിതങ്ങളും ആക്കിത്തീർക്കുന്ന ഈ പ്രബന്ധങ്ങൾ പോഷിപ്പിക്കുന്നത് നിരൂപണത്തെയാണ് എന്നുപറഞ്ഞുകൂടാ. വിശാലമായ സാഹിത്യപരിചയംകൊണ്ടും അഗാധമായ ജീവിതജ്ഞാനംകൊണ്ടും ഉദാരമാകേണ്ട നിരൂപണം നിരൂപകന്റെ പരിമിതമായ ദൂരക്കാഴ്ചകൊണ്ട് നിർദന്തവും നിരുന്മേഷവും ആയിത്തീരുന്നു എന്നാണിതിന്റെ ഫലം. തന്റെ രണ്ടാമത്തെ സമാഹാരം ഒരു പാഠ്യപുസ്തകമാകുമെന്നു പ്രതീക്ഷിക്കാൻ കഴിയാത്ത ഒരു യുവനിരൂപകനും ഇന്നു മലയാളത്തിലില്ല. ഈ പ്രതീക്ഷയുടെ ക്ഷിപ്രസാഫല്യവും അയാളെ ഞൊടിയിടകൊണ്ട് സൗമ്യനായ, സംതൃപ്തനായ വൃദ്ധനാക്കിത്തീർക്കുന്നു. പിന്നീടയാളെ ജാഗ്രത്സ്വപ്നാവസ്ഥകളിൽ നിരന്തരമായി നിയന്ത്രിച്ചുകൊണ്ടിരിക്കുക പ്രസാധകന്റെ മോതിരവിരലുകളായിരിക്കുകയും ചെയ്യും. സാഹിത്യം അറിയാനും അനുഭവിക്കാനുമുള്ളതല്ല, പഠിക്കാനും പഠിപ്പിക്കാനും ഉള്ളതാണ്!

വിഘ്നേശ്വരനും ലക്ഷ്മിയും

നിരൂപണത്തിന്റെ ഉദാസീനത നമ്മുടെ നോവലെഴുത്തുകാരെയോ നാടകക്കാരെയോ ഗണ്യമായി ഉലയ്ക്കുകയുണ്ടായില്ല. അവർക്ക് നിരൂപകരല്ലാത്ത ഒരു സാമാജികവൃന്ദം എന്നുമുണ്ട്. സരസ്വതി പ്രസാദിച്ചില്ലെങ്കിലും വിഘ്നേശ്വരനായ പ്രസാധകനും ലക്ഷ്മിയും എന്നും അവരെ അനുഗ്രഹിക്കുന്നു. പക്ഷേ, കവികളുടെ ഒരേയൊരു ചാരിതാർത്ഥ്യം പണ്ടെന്നതുപോലെ ഇന്നും ചർച്ചചെയ്യപ്പെട്ടുകയാണ്. അതുകൊണ്ട് നിരൂപണത്തിന്റെ ഷണ്ഡത്വംകൊണ്ട് ഏറ്റവും അധികം വലഞ്ഞത് കവിത തന്നെയായിരുന്നു. നമ്മുടെ കവികൾ കണ്ടെത്തിയ മുക്തിമാർഗ്ഗവും ഇതരരാജ്യങ്ങളിലെ കവികളുടേതു തന്നെയാണ്. നിർമ്മാതാക്കൾ തന്നെ വിമർശകരാകുക, സ്രഷ്ടാക്കൾ തന്നെ ഭോക്താക്കളാകുക എന്നതാണ് ഈ മുക്തിമാർഗ്ഗം. കഴിഞ്ഞ ദശകത്തിലെ ഏറ്റവും ശ്രദ്ധേയമായ ഒരു വികാസം വിവാഹം വരെ ആരൂഢകളായിക്കഴിയാനുള്ള യുവകവികളുടെ തീരുമാനമത്രെ! അംഗീകൃതരായവർ എപ്പോഴും ഈ വലയത്തിനു പുറത്തുകടക്കുകയും വിശാലമായ മാനുഷ്യകത്തിന്റെ ആകാശത്തെ ആശ്ലേഷിക്കുകയും ചെയ്യുന്നു. കവിത കവിമാത്രവേദ്യമാണ് എന്ന നൈരാശ്യവേദാന്തത്തെ സ്വപ്രതിഭയുടെ കരുത്തുകൊണ്ട് ഭേദിച്ച് പുറത്തുകടക്കുകയും കിണറ്റിലെ ആകാശം തന്റെ ആകാശമാണ് എന്ന തവളയുടെ തത്ത്വശാസ്ത്രത്തിനു പകരം അതും ചിദാകാശത്തിന്റെ അർത്ഥമാണ് എന്ന പൊരുളറിയുകയും ചെയ്യുമ്പോൾ മാത്രമേ നമ്മുടെ മൗനഗായകന്മാർ യഥാർത്ഥ കവികളാകുന്നുള്ളൂ. ഹൃദയത്തിന്റെ സ്പന്ദനം ഹൃദയത്തെ മാത്രം ചൈതന്യവത്താക്കിത്തീർക്കുവാനുള്ളതാണ്. ഈ

ബോധത്തോടൊപ്പം ഒരേ തൊഴിലിൽ ഏർപ്പെട്ടവർ തമ്മിലാണധികം സ്പർധയുണ്ടാകുക എന്ന് ഇവരുടെ മുൻഗാമിയായ കാളിദാസനുണ്ടായിരുന്ന ഉൾക്കാഴ്ചകൂടി കിട്ടിക്കഴിയുമ്പോൾ കവിതയിലെ ബ്രഹ്മകുമാരികൾ അവരുടെ ആത്മബന്ധത്തിൽ നിന്നും പുറത്തുകടക്കാതിരിക്കുകയില്ല.

അപ്പോഴും നമ്മുടെ യുവനിരൂപണം പകച്ചു നിൽക്കുകയായിരിക്കുമോ?

ക്ലാസിസ്സിസവും റൊമാന്റിസിസവും

അരനൂറ്റാണ്ടുമുമ്പ്, തൊള്ളായിരത്തിപ്പതിമൂന്നു പതിനാലു കാലത്ത്, റൊമാന്റിസിസത്തെ കുറിച്ചെഴുതിയ ഒരുപന്യാസത്തിൽ, താനൊരു റൊമാന്റിക് യുഗത്തിന്റെ അവസാനവർഷങ്ങളിലാണ് ചവുട്ടി നിൽക്കുന്നതെന്ന് ശ്രദ്ധേയനായ ഒരാംഗലനിരൂപകൻ പ്രസ്താവിക്കുകയുണ്ടായി.[1] അന്ന് ഇസ്രാ പൗണ്ടിന്റെ ആദ്യകൃതികൾ വന്നുകഴിഞ്ഞിരുന്നു; എലിയട്ടിന്റെ ആദ്യ കാവ്യങ്ങൾ വരാനിരിക്കുകയും ആയിരുന്നു. റൊമാന്റിസിസം എന്ന പദംകൊണ്ട് പത്തൊമ്പതാം നൂറ്റാണ്ടിൽ എന്തൊക്കെ ധരിക്കപ്പെട്ടിരുന്നുവോ, അതിന്റെയെല്ലാം നിഷേധമാണ് പിന്നീടുണ്ടായത്. കവിതയിലൂടെ മാത്രമല്ല, കാവ്യനിരൂപണങ്ങളിലൂടെയും കാവ്യപ്രയോജനചർച്ചകളിലൂടെയും എലിയട്ട് തനിക്കുമുമ്പേ കടന്നുപോയ കാലഘട്ടത്തെ വിമർശിക്കുകയും തിരുത്തുകയും ചെയ്തു. പുതിയ അഭിരുചികൾ സൃഷ്ടിക്കുവാനും പഴയവയെ വീണ്ടും വിലയിരുത്തുവാനും ആയിരുന്നു അദ്ദേഹം ആഗ്രഹിച്ചിരുന്നത്. ലീവിസിന്റെ പഠനങ്ങൾ(Revaluation)റൊമാന്റിക് കവിതയെ പുതിയൊരർത്ഥത്തിൽ കണ്ടെത്തുവാനും സഹായിച്ചു.

നമ്മുടെ കവിതയും, അതിനിന്ന് എന്തൊക്കെ പാളിച്ചകളുണ്ടായിരുന്നാലും, സജീവധാരകളെ സംബന്ധിച്ചിടത്തോളം റൊമാന്റിസിസത്തിൽ നിന്നു വിടവാങ്ങിക്കഴിഞ്ഞിരിക്കുന്നു എന്നാണ് എനിക്കു തോന്നിയിട്ടുള്ളത്. ആശയ മണ്ഡലങ്ങളിലും, വികസ്വരമായ സാമൂഹ്യജീവിതത്തിന്റെ നടുക്ക്, റൊമാന്റിക് ഭാവന ഒരു മധുരസ്മരണയായി മാറിക്കൊണ്ടിരിക്കുന്നു. നമ്മുടെ ഗാഢമായ ഇഷ്ടാനിഷ്ടങ്ങൾക്ക് ഇക്കാര്യത്തിൽ സഫലമായി എന്തെങ്കിലും ചെയ്യാൻ കഴിയുമെന്ന് ഞാൻ

1 T.E. Hulme-Speculations

കരുതുന്നില്ല. എന്തുകൊണ്ടെന്നാൽ റൊമാന്റിസിസം സവിശേഷമായ ഒരു ചരിത്രകാലഘട്ടത്തിന്റെ മാനസികമായ പ്രതിഫലനമാകുന്നു.

മറിച്ചുള്ള ചർച്ച മിക്കപ്പോഴും വന്ധ്യവും, പലപ്പോഴും ആപൽക്കരവും ആയിത്തീരുകയാണ് പതിവ്. കാളിദാസനും, റൊമാന്റിസിസ്റ്റ്, ഷേക്സ്പിയറും റൊമാന്റിസിസ്റ്റ് എന്ന നിരൂപണരീതി നിരൂപകന്റെ ആശയക്കുഴപ്പത്തിനു ഒരു ചൂണ്ടുപലകയാകുവാനല്ലാതെ മറ്റൊന്നിനും പ്രയോജനപ്പെടാറില്ല. കാല്പനികത്വം മാത്രമല്ല, മിസ്റ്റിസിസവും സിംബലിസവും നമ്മുടെ നാട്ടിൽ വികാരകലുഷങ്ങളായ വാക്കുകളാണ്. കവികളെ പേരിട്ടുയർത്താനും പേരുകൾ വിളിക്കാനും മാത്രമാണ് ഇവിടെ അവ ഉപയോഗിക്കാറുള്ളത്. അക്കൂട്ടത്തിൽ ക്ലാസ്സിസിസം രൂപമാത്രധനന്മാരുടെയും റൊമാന്റിസിസം ഭവനാധനികന്മാരുടെയും കാവ്യരീതികളായി മുദ്രചാർത്തപ്പെട്ടിട്ടുണ്ട്. ഇത് മുദ്രാവാക്യങ്ങളുടെയും നിഗ്രഹാനുഗ്രഹ നിരൂപണത്തിന്റെയും രീതിയാണ്.

ക്ലാസ്സിസിസവും റൊമാന്റിസിസവും പാശ്ചാത്യസാഹിത്യചരിത്രത്തിലെ പദങ്ങളാകയാൽ അവയെ അതേ അർത്ഥത്തിൽ ഇവിടെയും ഉപയോഗിക്കയാണുചിതം. ചിലപ്പോളെല്ലാം അനിയതാർത്ഥങ്ങളാണെങ്കിലും അവ പൊതുവെ വിവരണാത്മകങ്ങളായ സാങ്കേതികപദങ്ങളാണ്. ഇതൊക്കെ മൂല്യനിർണ്ണയവുമായി കൂട്ടിക്കുഴയ്ക്കുന്നത് ഒന്നുകൂടി ആലോചിച്ചു ചെയ്യേണ്ട കാര്യവുമാണ്. ഷേക്സ്പിയർ റൊമാന്റിക് നവോത്ഥാനത്തിനു മുമ്പായിരുന്നു എന്നത് ആ കവിയുടെ മൂല്യനിർണ്ണയത്തെ ബാധിച്ചു കണ്ടില്ല. വേഡ്സ്‌വർത്ത് ഒടുക്കത്തെ നാല്പതുകൊല്ലക്കാലത്തെഴുതിക്കൂട്ടിയ വരികളെ റൊമാന്റിക് കൊടിയടയാളം രക്ഷിച്ചുനിർത്തിയിട്ടുമില്ല. യൂഗോവിന്റെ നോവലുകളെയും ഷാറ്റോബ്രിയാന്റെ ഗദ്യത്തെയും അത് ഒരളവ് അധഃപതിപ്പിക്കുകയേ ചെയ്തുള്ളൂ.

വ്യവസായവിപ്ലവത്തിന്റെ സാംസ്കാരികഫലമായിരുന്നു ബ്രിട്ടനിലെ റൊമാന്റിക് പ്രസ്ഥാനം. ഫ്യൂഡലിസത്തിന്റെ തകർച്ചയും മധ്യവർഗ്ഗത്തിന്റെ നവോത്ഥാനവും തന്നെയാണ് ഈ പരിവർത്തനം സാധ്യമാക്കിത്തീർത്തത്. ഫ്രാൻസിലെ വ്യവസായവിപ്ലവം പ്രഭുവർഗ്ഗത്തിന്റെ അധഃപതനത്തിനു കാരണമായിത്തീർന്നു. കേന്ദ്രീകൃതമായ ഉല്പാദനം, നഗരങ്ങളുടെ സത്വരവികാസം എന്നിവയെല്ലാം ജന്മിവർഗ്ഗത്തെ പിൻതള്ളാനും പുതിയ ധനികവർഗം ഉദയം ചെയ്യാനും സഹായിക്കുകയും ചെയ്തു. അന്നുവരെ ഏറെക്കുറെ പതിവ്രതയായിരുന്ന ലക്ഷ്മി അത്യന്ത ചപലയായിത്തീർന്നു.

ഫ്യൂഡലിസത്തിന്റെ യുഗത്തിൽ എല്ലാ പ്രഭാതങ്ങളും ഏതാണ്ടൊരു പോലെ വിരിയുന്നു. ജീവിതസങ്കേതങ്ങളെ പോലെ കാവ്യസങ്കേതങ്ങളും

മാറുന്നേയില്ല എന്നു തോന്നിക്കുമാറ് പതുക്കെമാത്രം മാറുന്നു. ഭാവന വട്ടമിട്ടു പറക്കുന്നു. ആവർത്തനം കൊണ്ടും പാരമ്പര്യംകൊണ്ടും കിട്ടുന്ന മിനുമിനുപ്പിൽ കല വെട്ടിത്തിളങ്ങുന്നു. മനുഷ്യന്റെ പരിമിതികൾ ചിര സ്ഥായിയായ ഒരംഗീകൃതസത്യമാകയാൽ ആരും അവയെക്കുറിച്ച് ആവലാതിപ്പെടാറുമില്ല.

പക്ഷേ, ഭൗതികസാഹചര്യങ്ങളിൽ പെട്ടെന്നു വന്നുചേർന്ന വിപ്ലവം യൂറോപ്പിന്റെ ആത്മാവിനെ തന്നെ ഉലച്ചുകളഞ്ഞു. ഭാവാത്മകവും ശിഥിലരൂപവും ആയ ബാരോക് കലാരീതികൾ ഇതിന്റെ പ്രതിഫല നമായിരുന്നു. ജർമ്മൻ സാഹിത്യകാരന്മാരുടെ ഭാവന വളരെവേഗം മധ്യയുഗങ്ങളുടെ മായികവും ആഭിചാരപരവുമായ അന്തരീക്ഷത്തിലേക്ക് പിന്നോട്ടു പറന്നെത്തി. ഗദ്യത്തിലും പദ്യത്തിലും അവിടെ പതിനെട്ടാം നൂറ്റാണ്ടിന്റെ യക്ഷിക്കഥക ളുടെ കട്ടുംകൃഷി തന്നെയായിരുന്നു. ഇംഗ്ല ണ്ടിൽ കോൾറിജിലും മോറിസിലും പ്രകടമായിരുന്ന മായാലോക പ്രണയം ജർമ്മനിയിൽ സാർവത്രികവും ഉൽക്കടവുമായിരുന്നെന്നു പറയാം. ജർമ്മൻജനത, സഹജമായ അതിഗൗരവത്തോടെ ഈ റൊമാന്റിക് പൊല്ലാപ്പ് പേറിക്കൊണ്ടുനടന്നു. വെർതറുടെ ദുഃഖങ്ങൾ യുവാക്കളെ കൊലക്കയറിലേക്കും ഷില്ലറുടെ കൊള്ളക്കാർ (Robers) വിദ്യാർത്ഥികളെ അമേച്വർ പകൽക്കൊള്ളകളിലേയ്ക്കും കൊണ്ടെത്തിച്ചു വെന്നും ചരിത്രകാരന്മാർ പറയുന്നുണ്ട്.[2] ജർമ്മൻ റൊമാന്റിസിസത്തിൽ നമുക്കു താല്പര്യമുണ്ടാക്കുന്ന മറ്റൊരംശം ചിലപ്പോൾ മന്ദോഷ്ണവും ചിലപ്പോൾ അത്യുഷ്ണവുമായ ദേശിയവികാരങ്ങൾക്ക് അത് തീക്കൊടുത്തു എന്നതാണ്.

റൂസ്സോവിന്റെ നാട്ടിൽ, വിപ്ലവത്തിനുശേഷമേ റൊമാന്റിക് സാഹിത്യം ഉടലെടുക്കുകയുണ്ടായുള്ളൂ. അതിനുമുമ്പുതന്നെ അദ്ദേഹത്തി ന്റെ റൊമാന്റിക് ആശയങ്ങൾ കടലുംകടന്ന് ബ്രിട്ടീഷ് ദ്വീപുകളെ പുളകം കൊള്ളിച്ചുകഴിഞ്ഞിരുന്നു. ഷാറ്റോബ്രിയാന്റെ ഗദ്യം, യൂഗോവിന്റെ പദ്യം, ഡ്യുമാ, മസ്സെ, വൈനി തുടങ്ങിയവരുടെ കൃതികൾ-ഇവയാണ് ഫ്രഞ്ച് റൊമാന്റിസിസത്തിന്റെ നേട്ടം. ഇവിടെ പാവങ്ങൾ വിശ്വസാഹിത്യത്തി ന്റെ സാരസർവസ്വ മായി കരുതുന്ന പ്രൗഢപണ്ഡിതന്മാരുണ്ട്. എങ്കിലും ഫ്രഞ്ചുനിരൂപകന്മാർ യൂഗോവിനെ കൊള്ളാവുന്ന ഒരു നോവലിസ്റ്റായി അംഗീകരിച്ചു കണ്ടിട്ടില്ല.

ഫ്രഞ്ചു സാഹിത്യത്തിനു റൊമാന്റിസിസം നൽകിയത് പുതിയ കാവ്യരൂപങ്ങളും ഉദാരമായ ഒരു ഭാഷാശൈലിയുമാണ്. വൃത്തശില്പങ്ങ ളുലച്ചും ഗ്രാമ്യപദങ്ങളുൾക്കൊണ്ടും അത് സർഗ്ഗാത്മകസാഹിത്യത്തിന്റെ

2 Wesland-The Romantic Revival

കൊടി ഉയർത്തിക്കെട്ടി. സ്റ്റെന്താളിലും ബാൽസാക്കിലും ഫ്ളാബേറിലും ചെന്നെത്തുമാറ് ഗദ്യവും ബോദ്ലെയിലെത്തുമാറ് പദ്യവും വികസിക്കുവാൻ ഈ തുടക്കം ധാരാളം മതിയാകുമായിരുന്നു. സാഹിത്യസങ്കേതങ്ങൾ ഒരിക്കൽ ഉലയ്ക്കപ്പെട്ടുകഴിഞ്ഞാൽ അവ ആവിഷ്കരണഭംഗിയുടെ കരുത്തേറിയ നൂതനമണ്ഡലങ്ങളിലേ ചെന്നു വിശ്രമിക്കാറുള്ളൂ. ഫ്രാൻസിലും മറ്റൊന്നല്ല സംഭവിച്ചത്.

മലയാളസാഹിത്യത്തെ നേരിട്ടു സ്വാധീനിക്കുകകൊണ്ട് നമുക്കധികം ശ്രദ്ധേയമായ ബ്രിട്ടീഷ് റൊമാന്റിസിസം പതിനെട്ടാം നൂറ്റാണ്ടിന്റെ അന്ത്യദശകങ്ങളിൽ ആരംഭിക്കുന്നു. വേഡ്സ്വർത്തിനു മുമ്പുള്ള കവികൾ, ബേൺസും ബ്ലേക്കും നമ്മെ ആകർഷിച്ചിട്ടുണ്ടോ എന്നുതന്നെ സംശയമാണ്. പട്ടിണിമാത്രം ഭക്ഷിച്ചു മുപ്പത്തേഴുകൊല്ലം ജീവിച്ച ബേൺസും അബോധമനസ്സിന്റെ അത്ഭുതലോകങ്ങൾ കവിതയിലും ചിത്രങ്ങളിലും മാറിമാറി വരച്ചുകൊണ്ടിരിക്കുന്ന ബ്ലേക്കും ഒരിക്കലടുത്താൽ മറക്കവയ്യാത്ത കവികൾ തന്നെ. ബ്ലേക്കിന്റെ പരുഷവും ഹർഷതുന്ദിലവുമായ മിസ്റ്റിസിസം നമ്മുടെ വിഷാദഗ്രസ്തമായ മിസ്റ്റിസിസത്തെ മറുതലയെന്ന നിലയിൽ അത്യധികം കൗതുകകരമാക്കാതിരിക്കുകയില്ല.

ഇംഗ്ലീഷ് റൊമാന്റിസിസം കോൾറിജിന്റെയും വേഡ്സ്വർത്തിന്റെയും ബോധപൂർവമായ യത്നങ്ങളുമായി ബന്ധപ്പെട്ടു കിടക്കുന്നു. അവർക്കു കവിത ശാസ്ത്രത്തിന്റെ വിപരീതമായിരുന്നു;മതത്തിനു സമാന്തരമായ ജ്ഞാനമാർഗ്ഗവും വിശ്വാസസംഹിതയുമായിരുന്നു. വ്യവസായവൽക്കരിച്ചുകൊണ്ടിരുന്ന ബ്രിട്ടീഷ്നഗരങ്ങളിൽനിന്നു വേഡ്സ്വർത്തിന്റെ ഭാവന ഗ്രാമീണ ജീവിതഭംഗികളിലേക്കു മടങ്ങി. കോൾറിജ് മധ്യയുഗങ്ങളുടെ മായാലോകത്തിലാണഭയം പ്രാപിച്ചത്. ജർമ്മനിയുടെ വിചാരഭാഷയുമായി അദ്ദേഹത്തിനുണ്ടായിരുന്ന അടുപ്പമാകാം ഈ താല്പര്യത്തിനു കാരണം.

ഷെല്ലിയും കോൾറിജിനെപോലെ സംഗീതത്തിന്റെ ഐന്ദ്രജാലികലോകത്തെ കവിതയിലൂടെ സാക്ഷാൽക്കരിക്കുകയുണ്ടായി. താളലയങ്ങൾ ശ്വാസോച്ഛ്വാസംപോലെ നൈസർഗ്ഗികമായിരുന്നുവത്രേ അദ്ദേഹത്തിന്. സ്വാതന്ത്ര്യവും സ്നേഹവും ഷെല്ലിയുടെ ജീവിതാദർശങ്ങളായിരുന്നു എന്നുമാത്രം പറയുന്നതു ന്യൂനോക്തിയാകും. സ്നേഹംകൊണ്ടു നേടാൻ കഴിയാത്ത സൗഭാഗ്യങ്ങളില്ലെന്നു തന്നെ അദ്ദേഹം വിശ്വസിച്ചിരുന്നതായി കാണുന്നു. ആശാനെ ഏറ്റവും അധികം കീഴടക്കിയ പാശ്ചാത്യകവിയും, ഒരുപക്ഷേ ഷെല്ലിയായിരുന്നു.

നിർദ്ദയസത്യത്തിന്റെയും മാറാൻ മനസ്സില്ലാത്ത ധർമ്മസംഹിതകളുടെയും സമ്മർദ്ദത്തിൽനിന്നു മോചനം നേടുവാൻ ഏറിയോ കുറഞ്ഞോ

യത്നിക്കുക റൊമാന്റിസിസത്തിന്റെ സാമാന്യസ്വഭാവമാണ്, അതു കയറുകളെയും കാലുകളെയും വെറുക്കുന്നു. ചിറകുകളെ മാത്രം സ്നേഹിക്കുന്നു. പുതിയ പച്ചപ്പുൽമേട്ടുകളിൽ അന്നു ഭാവന മേഞ്ഞുനടന്നു. അകലുന്ന ആകാശസീമകളിലേക്കു പറന്നുയരുകയും ചെയ്തു.

മനുഷ്യാത്മാവിന്റെ അനന്തസാധ്യതകളിൽ വിശ്വാസം ഈ മൗഗ്ധ്യത്തിന്റെ ഫലമായുണ്ടാവുന്ന നിയതനൈരാശ്യം, വൈകാരിക ജീവിതത്തിന്റെ 'നിസർഗ്ഗസരള'മായ താളത്തിനൊപ്പിച്ച് പുതിയൊരു നൈതികബോധം വളർത്തിയെടുക്കുന്നതിൽ വ്യഗ്രത, ആസന്നവർത്തമാനത്തിൽ രൂക്ഷമായ അതൃപ്തി-ഇവയെല്ലാം ഇംഗ്ലീഷ് റൊമാന്റിസിസത്തിന്റെയും ആശയപരമായ അടിത്തറയായി കണക്കാക്കാവുന്നതാണ്. ഇന്ദ്രിയപരവും ബുദ്ധിപരവുമായ പ്രത്യക്ഷാനുഭൂതികൾക്ക് അന്ന് പാരമ്പര്യസങ്കേതങ്ങളേക്കാൾ പ്രാധാന്യം ലഭിച്ചു. കവിത വികാരമാണെന്നും വികാരത്തിന്റെ അനുസ്മരണമാണെന്നും മറ്റുമുള്ള കാവ്യസിദ്ധാന്തങ്ങൾ ക്ലാസ്സിസിസത്തിൽ നിന്നുള്ള മൗലികമായ വ്യതിയാനമായിരുന്നു. ക്ലാസ്സിക് കാലഘട്ടങ്ങളിൽ, കല സാമാന്യേന സ്വാനുഭൂതിപ്രധാനമായി കരുതുക പതിവില്ല.

റൊമാന്റിസിസ്റ്റിനു സർവപ്രധാനമായത് അനുഭൂതിയും ഭാവനയുമാകുകകൊണ്ട് രണ്ടിനെയും ശുദ്ധമാക്കി നിർത്തുവാൻ കവികൾ ശ്രദ്ധിക്കാതിരുന്നിട്ടില്ല. നൈതികവും തത്ത്വചിന്താപരവും ധാർമ്മികവും ആയ വിധിനിഷേധങ്ങൾ അനുഭൂതിയെ വക്രവും പരിമിതവുമാക്കുകയേ ഉള്ളൂ. നിരൂപണത്തിന്റെ ചരിത്രത്തിൽ പ്രഖ്യാതമായിത്തീർന്ന കത്തുകളിലൊന്നിൽ കീറ്റ്സ് 'നിഷേദാത്മകമായ സംവേദനക്ഷമത' കവിയുടെ മുഖ്യോപകരണമെന്നു പറയാനും അനുഭൂതിയോടുള്ള ഈ കൂറും സത്യസന്ധതയുമാവണം കാരണം. കവിതയെക്കുറിച്ചുള്ള ഉപന്യാസത്തിലും 'പടിഞ്ഞാറൻ കാറ്റി'ലും ഷെല്ലിയും ഏതാണ്ടിതുതന്നെയാണ് തന്റെയും ആദർശമെന്നു സ്പഷ്ടമാക്കുകയുണ്ടായി. പ്രപഞ്ചചൈതന്യത്തിന്റെ കാറ്റേറ്റ് തനിയെ പാടുന്ന വീണയാണ് കവിയുടെ ഹൃദയം. "പ്രപഞ്ചത്തിന്റെ താളത്തെ ലയനിബന്ധമാക്കുന്നത് കവിയുടെ വ്യക്തിത്വവൈഭവമാണ്," എന്നുകൂടി പറയാൻ ഷെല്ലി മറന്നുപോയിട്ടില്ലെന്നേ ഉള്ളൂ. പ്രതിഭ അതിന്റെ നിയമങ്ങൾ സ്വയം കണ്ടെത്തുന്നുവെന്ന് കോൾറിജ് പറയുമ്പോഴും ഒരു റൊമാന്റിസിസ്റ്റിന്റെ സങ്കേതലംഘനവ്യഗ്രതയും വ്യക്ത്യഭിമാനവും പ്രതിഫലിപ്പിക്കുക കൂടിയാണ് അദ്ദേഹം ചെയ്യുന്നത്.

വ്യക്തിപ്രഭാവത്തിന്റെ ഈ ആരാധന റൊമാന്റിക് കാവ്യനിരൂപണത്തിൽ ചെറുതെന്നു തോന്നാവുന്ന ഒരു വലിയ മാറ്റംവരുത്തി. ദോഷദർശനമല്ല, കവിതയുടെ ആഭ്യന്തര സൗന്ദര്യത്തിന്റെ ഉന്മീലനമാർന്ന

നിരൂപകധർമ്മം എന്ന ധാരണയത്രേ ഇത്. ഓരോ കാവ്യവും അപൂർവമാണെന്നു മാത്രമല്ല, ആവർത്തനക്ഷമം അല്ലതാനും.

പദങ്ങളുടെ വികാരപരത, അർത്ഥത്തിന്റെ നാനാമുഖത, മധുരമായ ഒരസ്വസ്ഥത എന്നിവയും റൊമാന്റിസിസത്തിന്റെ ഭാവമുദ്രകളായിരുന്നു. അംഗീകൃത മതങ്ങളെ റൊമാന്റിസിസ്റ്റുകൾ ഏറെ ബഹുമാനിക്കാറില്ല. എങ്കിലും മതത്തിനു പകരമായ എന്തോ ഒന്ന് ഉയർത്തിപ്പിടിക്കുന്നതിനുള്ള വ്യഗ്രത അവരിൽ മിക്കപേർക്കുമുണ്ട്. ഇതുകൊണ്ടാണ്, പ്രസിദ്ധമായ തന്റെ കാല്പനികവിരുദ്ധോപന്യാസത്തിൽ ഹ്യൂം റൊമാന്റിസിസത്തെ 'ചിന്തിപ്പോയ മത'മെന്നു വിളിച്ചത്.

തത്ത്വചിന്തയേയും മതത്തെയും മനുഷ്യന്റെ ജീവിതവീക്ഷണത്തേയും എത്രതന്നെ അലങ്കോലപ്പെടുത്തിയാലും റൊമാന്റിസിസം കവിതയുടെ രൂപശില്പത്തെ സമർത്ഥമായി പരിഷ്കരിച്ചു എന്നതിനു യാതൊരു സംശയവുമില്ല. വേഡ്സ്‌വർത്ത് സോണറ്റിനെ ഷേക്സ്പിയറിൽനിന്നു വളരെ ദൂരം മുന്നോട്ടുകൊണ്ടുപോയി. കോൾറിജ്ജും മോറിസ്സും ബാലഡുകളെ പുതിയ ഭാവമേഖലയിലേയ്ക്കെത്തിച്ചു. ആംഗലഭാഷയിലുറങ്ങിയിരുന്ന മാസ്മരമായ ശബ്ദശക്തിയെ റൊമാന്റിക് കവികളോളം മറ്റാരും കണ്ടെത്തിയതുമില്ല.

റൊമാന്റിസിസം കവിതയെ ആത്മനിഷ്ഠവും അനുഭൂതിപ്രധാനവും ആക്കിത്തീർത്തതുകൊണ്ട് അനുഭൂതിയുടെ പല മാനങ്ങൾ(dimensions) കവിതയുടെയും കാവ്യാർത്ഥത്തിന്റെയും നാനാവിതാനമായിത്തീർന്നു. ആസ്വാദക പ്രതിഭയുടെ പരിമിതിയാണ് കവിപ്രതിഭയുടെ പരിമിതി എന്നുവരെ വ്യാഖ്യാനിക്കപ്പെട്ടു.

ആത്മനിഷ്ഠകവിതയെ എന്നത്തേതിലുമധികം ഗൗരവമുള്ളതാക്കിത്തീർത്തു എന്നതായിരുന്നു റൊമാന്റിസിസത്തിന്റെ മറ്റൊരു പ്രധാന ഫലം.മിക്കപ്പോഴും ഈ ഗൗരവം അയഥാർത്ഥവും അതിഭാവുകവുമായിരുന്നു എന്നുമാത്രമല്ല, ലഘുമധുരമായ നർമ്മം ക്രമേണ കവിതയോടു വിടവാങ്ങുകയും ചെയ്തു. കവികളിൽ പകുതിയിലധികം പേർക്കും സ്വന്തം പ്രവാചകത്വത്തെക്കുറിച്ചും, ജീവിതസന്ദേശങ്ങളെക്കുറിച്ചും ബോധവും അഭിമാനവുമുണ്ടായി. കലാരൂപത്തെ കൂടുതൽ കൃശവും നിശിതവും ആക്കിത്തീർക്കുവാൻ ഈ ഗൗരവബോധം പലപ്പോഴും കാരണമായിത്തീർന്നിട്ടുണ്ട്.

എന്നാൽ നമ്മുടെ റൊമാന്റിസിസത്തിന് ഇതൊക്കെത്തന്നെയായിരുന്നു കാരണമെന്നോ ഇവയെല്ലാംതന്നെ ആയിരുന്നു ഫലങ്ങളെന്നോ പറയുക വയ്യ. ഒന്നാമതായി ഇവിടെ വ്യാവസായികവിപ്ലവം

തന്നെയുണ്ടായിരുന്നില്ല. ജനങ്ങളുടെ ജീവിതരീതി മൗലികമായി മാറ്റിമറിക്കുന്ന ഭൗതികവിപ്ലവങ്ങളൊന്നും കഴിഞ്ഞ നൂറ്റാണ്ടിൽ ഇവിടെയോ ഇന്ത്യയിൽ മറ്റെവിടെയെങ്കിലുമോ സംഭവിക്കുകയും ചെയ്തില്ല. ഉണ്ടായതാകട്ടെ, വിദ്യാഭ്യാസത്തിന്റെ ത്വരിതപ്രചാരവും ആശയപ്രപഞ്ചത്തിലെ നൂതനോന്മേഷവും മാത്രമാണ്. അതിനുള്ള ഭൗതികമായ കാരണങ്ങൾ താരതമ്യേന നിസ്സാരങ്ങളും ആയിരുന്നു. പത്തൊമ്പതാം നൂറ്റാണ്ടിന്റെ ഉത്തരാർധത്തിലാരംഭിച്ച ദേശീയനവോത്ഥാനത്തിന്റെ സാംസ്കാരികഫലങ്ങളിലൊന്നായിട്ടുവേണം റൊമാന്റിസിസത്തെ കണക്കാക്കേണ്ടത് എന്നുതോന്നുന്നു. പാശ്ചാത്യസാഹിത്യത്തിന്റെ ചരിത്രം ഈ ഉപഭൂഖണ്ഡത്തിലേയ്ക്ക് ഉരുണ്ടെത്തുമ്പോഴേക്കും ഒരു ശതാബ്ദം തന്നെ കടന്നുപോയിരിക്കുന്നു. ആശാൻ *കരുണ* എഴുതുന്നതിന് രണ്ടുവർഷം മുമ്പ് എലിയട്ട് *തരിശുഭൂമി* പ്രസിദ്ധപ്പെടുത്തിക്കഴിഞ്ഞു. നമ്മുടെ നിരൂപകന്മാർ ഇക്കാര്യം വേണ്ടത്ര ശ്രദ്ധിച്ചിട്ടുണ്ടോ എന്നു സംശയമാണ്. വൈകി ഉണരുകയും തങ്ങളുണരുമ്പോഴാണ് പ്രഭാതമെന്നു പിടിവാശി പിടിക്കുകയും ചെയ്യുന്ന ചിലർ നമ്മുടെ റൊമാന്റിക് സാഹിത്യം ഒരു കവിയിൽ നിന്നോ ഒരു കവിതയിൽ നിന്നോ ആരംഭിക്കുന്നു എന്നു ശപഥം ചെയ്യാറുണ്ട്. ചിലർക്കതു രാജരാജവർമ്മയും മലയാവിലാസവുമാണ്. ചിലർക്കു കുമാരനാശാനും വീണപൂവുമാണ്. കൂട്ടത്തിൽ വി.സി.ബാലകൃഷ്ണപ്പണിക്കരും റൊമാന്റിസിസത്തിന്റെ പ്രഭാതമായി വിശേഷിപ്പിക്കപ്പെട്ടിട്ടുണ്ട്.

മലയാളസാഹിത്യം പുതിയ യുഗത്തിലേക്ക് പ്രവേശിക്കുന്നത് കവിതയിൽക്കൂടിയല്ല ഗദ്യത്തിൽക്കൂടിയാണ് എന്നതിനു യാതൊരു സംശയവുമില്ല. ഗദ്യനിർമ്മിതിക്കു വേണ്ട മൗലികോപകരണങ്ങളിൽ പലതും ക്രിസ്തീയ മിഷനറിമാരുടെ സംഭാവനയായിരുന്നു. നിഘണ്ടുക്കളും വ്യാകരണങ്ങളും മാത്രമല്ല പാഠ്യപുസ്തകങ്ങൾ പോലും! നൂറ്റാണ്ടുകളായി ഭാരതീയചൈതന്യം വറ്റിപ്പോയ നദിയായിത്തീർന്നിരുന്നു എന്നതിനോടൊപ്പംതന്നെ പാശ്ചാത്യലോകം വ്യവസായയുഗത്തിലേക്കു നെട്ടംകുതികുതിക്കുകയായിരുന്നു എന്നതു നമ്മുടെ ഇരട്ടപ്പരാജയമായിത്തീർന്നു. പടിഞ്ഞാറൻ നാഗരികതയോ ഹൃദയംഗമമായി സ്നേഹിച്ചാരാധിക്കുകയും നാട്ടുജീവിതത്തിന്റെ നരകക്കുഴികൾ കണ്ടു നടുങ്ങുകയും ചെയ്തിരുന്ന നല്ല മനുഷ്യർ അന്ന് ഇന്ത്യയിലെവിടെയുമുണ്ടായിവന്നു. ചന്തുമേനോനും കേസരി നായനാരും ഈ നല്ലവരിൽപ്പെടും. വി.സി. ബാലകൃഷ്ണപ്പണിക്കർ പിന്നീടാണ് ഈ കൂട്ടത്തിൽ വന്നുചേർന്നത്.

ചന്തുമേനോന്റെയും കേസരി നായനാരുടെയും ആദർശം മാത്രമല്ല, സാഹിത്യരൂപങ്ങളും തീരെ വിദേശീയമായിരുന്നുവല്ലോ. അവർക്കു

സംസ്കൃത പാരമ്പര്യമോ നമ്മുടെ കാവ്യാദർശങ്ങളോടു കടപ്പാടോ ഉണ്ടായിരുന്നില്ല. നോവൽ, ചെറുകഥ, ഉപന്യാസം-മൂന്നും പുതിയ രൂപങ്ങളായിരുന്നു. വരാനിരിക്കുന്ന യുഗത്തിന്റെ ഭാവനാചിത്രവും വർത്തമാനയുഗത്തിന്റെ കലുഷരൂപവും മാത്രമേ അവരുടെ മുമ്പിലുള്ളൂ. അതുകൊണ്ട് ചന്തുമേനോന്റെ മാധവനും കൃഷ്ണമേനോനും ഇന്ദുലേഖയും ആധുനികതയുടെ വെളിച്ചം കുടിച്ചു തെളിഞ്ഞു സുഭഗാത്മാക്കളായി. അവർക്കു പുസ്തകങ്ങൾ ബിലാത്തിയിൽനിന്നു നേരിട്ടുവരുന്നു.

കേസരിയുടെ 'നാട്ടെഴുത്തച്ഛന്മാർ' ഡാർവിന്റെ നശിച്ചുകൊണ്ടിരിക്കുന്ന മൃഗവർഗ്ഗങ്ങളിൽ ഒന്നാണെന്നേ തോന്നൂ. "ആകെപ്പാടെ മനുഷ്യാകൃതിയിൽ ഭയങ്കരമായ ഒരു പൈശാചികരൂപം കണ്ടാൽ അതൊരു എഴുത്തച്ഛനായിരിക്കണമെന്ന് ഊഹിക്കുന്നതായാൽ അധികമായ അബദ്ധമൊന്നും വരാനില്ല," എന്നു നായനാർ പുകഴ്ത്തിയത് തുഞ്ചന്റെ പരമ്പരയിലെ അവസാനത്തെ ആചാര്യന്മാരെ ആയിരുന്നു. പക്ഷേ, ഇന്ത്യയ്ക്കു ശാപമോക്ഷം തരാൻ വന്നെത്തിയ ആംഗലവിദ്യാഭ്യാസത്തെ പതിറ്റാണ്ടുകൾക്കു ശേഷം വള്ളത്തോൾ കണ്ടത്,

"ഉയർന്ന വിദ്യാഭ്യാസമുട്ടപ്പിൽ തുന്നിച്ചേർക്കു-
മുയർന്ന വിദ്യാഭ്യാസമെത്ര താഴ്ത്തീലാ നമ്മെ."

എന്നിങ്ങനെയാണ്. 1920-നോടടുത്ത് നമ്മുടെ ഈ ചരിത്രവീക്ഷണത്തിൽ വന്നുചേർന്ന ഈ തലകീഴ്മറിച്ചിലിനെക്കുറിച്ച് നാം ഗാഢമായി ആലോചിക്കേണ്ടതുണ്ട് എന്ന് തോന്നുന്നു.

ഇന്ദുലേഖയുടെ കാലത്തുതന്നെ ദക്ഷിണകേരളത്തിൽനിന്നു വന്ന നോവലുകളിൽ സംസ്കൃതമിശ്രമാണെന്ന് കരുതപ്പെടുന്ന വിലക്ഷണഭാഷയിൽ രാജത്വത്തിന്റെയും ഭൂതകാലവിഭൂതികളുടെയും പ്രശംസയാണ് കാണുക. ഈ പാരമ്പര്യത്തിന്റെ ഒരറ്റത്താണ് ഉമാകേരളം വിരിഞ്ഞതെന്നോർക്കുമ്പോൾ അതിന്റെ നവീനതപോലും മിഥ്യയായിത്തീരും. എങ്കിലും ഈ പിൻവാങ്ങലിൽ റൊമാന്റിസിസത്തിന്റേതായ പല ലക്ഷണങ്ങളുമുണ്ടായിരുന്നു. സംഭവകല്പനകളിലും പാത്രരചനയിലും അവിശ്വാസമായതിനെ പുണർന്നുകൊണ്ടേയിരിക്കുക സി.വി.യുടെ കാല്പനികഭാവനയുടെ മാറാത്ത സവിശേഷതയാണല്ലോ.

ചന്തുമേനോനും കേസരിക്കും ഗണ്യമായ സംസ്കൃതപരിചയമുണ്ടായിരുന്നില്ല. അവരുടെ വീഞ്ഞും കുപ്പിയും രണ്ടും പുതിയവ തന്നെയായിരുന്നു. കാലികജീവിതം വിഷയമാക്കുക, അതും നോവലിൽ കുടിയാകുക-രണ്ടും പുതുമതന്നെ. ഇവയിലൊന്നു മയൂരസന്ദേശത്തിൽ കണ്ടതുകൊണ്ടാകാം. ചന്തുമേനോൻ അതു സ്വന്തം ചെലവിൽ അടിച്ചു വിതരണം ചെയ്തത്. ഇന്ദുലേഖ പുറത്തുവന്നപ്പോൾ ഗദ്യത്തെയും

ഗദ്യകാവ്യങ്ങളെയും സ്വീകരിക്കാൻ തയ്യാറായ അനുവാചകമണ്ഡലം രൂപംകൊണ്ടുകഴിഞ്ഞിരുന്നു. എങ്കിലും താനൊരു സാഹിത്യകാരൻ ആണെന്ന് ആരും പറയാൻ പോകുന്നില്ലെന്നു ചന്തുമേനോനു സംശയമുണ്ടായിരുന്നതായി മുഖവുരയിൽ നിന്നറിയാം. തനിക്കു വായ നക്കാരുണ്ടാകുമെന്ന് അദ്ദേഹത്തിനു തീർച്ചയുണ്ടായിരുന്നുതാനും. ആധു നികരീതിയിൽ വിദ്യാഭ്യാസം സിദ്ധിച്ചുകൊണ്ടിരുന്ന വായനക്കാരുടെ ഈ പുതിയ വർഗ്ഗമാണ് പിന്നീട്ടു നമ്മുടെ സാഹിത്യാഭിരുചിയെ ഏറിയ കുറും നിയന്ത്രിച്ചുപോന്നിട്ടുള്ളത്.

കവിതയിലാകട്ടെ, മാറ്റം പതുക്കയേ സംഭവിച്ചുള്ളൂ എങ്കിലും അതു സംഭവിക്കുക തന്നെ ചെയ്തു. മറ്റു മനുഷ്യവ്യാപരങ്ങളിലെന്ന പോലെ കവിതയിലും ഭൂതകാലത്തിന്റെ ഭാരമാണ് ത്വരിതപുരോഗതി എളുപ്പ മല്ലാതാക്കിത്തീർത്തത്. വൃത്തം വേണം, പ്രാസം വേണം, മറ്റു ലക്ഷ ണങ്ങളൊക്കണം. പൂർവസൂരികളെ അനുസരിച്ചില്ലെങ്കിലും അനുഗമി ക്കുകയെങ്കിലും വേണം! എന്തെല്ലാം പരാധീനതകളാണ് കവിതയ്ക്ക്! ഈ പാരതന്ത്ര്യങ്ങൾ ലംഘിക്കപ്പെടാവുന്ന ഒരു കാലഘട്ടത്തിലാണ് വെൺമണിപ്രസ്ഥാനമുടലെടുത്തത്.

ചേലപ്പറമ്പ്, പൂന്തോട്ടം, വെൺമണിനമ്പൂതിരിമാർ എന്നിവരെ യാണ് ഈ പ്രസ്ഥാനത്തിന്റെ ആചാര്യന്മാരായി കണ്ടത്. അവരുടെയും ശ്രദ്ധേയമായ ഒരു സവിശേഷത സംസ്കൃതപാണ്ഡിത്യത്തിന്റെ പരിമിതി യായിരുന്നു. വെൺമണി അച്ഛനെപോലും കൊടുങ്ങല്ലൂർ ഗുരുകുലത്തിലെ മലയാളത്തിലെ 'ഗുരു'വെന്നാണ് വെച്ചിട്ടുള്ളത്. സംസ്കൃതത്തിന്റേതല്ല. 'പൂരപ്രബന്ധ'കാരനായ മഹന് മാറാത്ത ഉദരരോഗവും തെളിഞ്ഞ മലയാളശൈലിയുമല്ലാതെ മറ്റൊരു മൂലധനവുമുണ്ടായിരുന്നുമില്ല. അഗ്നിമാന്ദ്യംപോലെ ബുദ്ധിമാന്ദ്യവും ജാതകവശാൽ സിദ്ധമാണ് അദ്ദേഹത്തിന്. വിപ്ലവകവിയാകുവാൻ നമ്പൂതിരിക്ക് ഇതിലധികമൊ ന്നും ആവശ്യമുണ്ടായിരുന്നില്ല. വെൺമണിനമ്പൂതിരിപ്പാടന്മാരുടെ സാമീപ്യവും മാതൃകയുമാണ് കുഞ്ഞിക്കുട്ടൻതമ്പുരാനെയും സംസ്കൃത ത്തിൽനിന്നു പച്ചമലയാളത്തിലേയ്ക്കിറക്കിവിട്ടത്. മഹാഭാരത വിവർ ത്തനത്തിന് മുമ്പിൽ പിൻതലമുറ തലകുനിച്ചുവെങ്കിലും കൊടുങ്ങല്ലൂരും തിരുവനന്തപുരത്തുമുണ്ടായിരുന്ന പണ്ഡിതകവികൾ അദ്ദേഹത്തെ ബഹുമാനിച്ചിരുന്നില്ല എന്നതിനു വേണ്ടത്ര തെളിവുകളുണ്ട്. കൊടുങ്ങ ല്ലൂര് അന്നും പാണ്ഡവോദയം, വഞ്ചീശവംശം തുടങ്ങിയ നിയോക്ലാസ്സിക് മഹാകാവ്യങ്ങളുടെ കർത്താവായ കൊച്ചുണ്ണിത്തമ്പുരാനാണ് പ്രശ സ്തനായിരുന്നത്. തിരുവനന്തപുരത്ത് ക്ലാസ്സിസിസത്തിന്റെ ആചാര്യ നായ കേരളവർമ്മ ദേവനുമായിരുന്നു. കുഞ്ഞിക്കുട്ടൻ തമ്പുരാന്റെ

ദ്രുതകവനപാടവത്തിൽ സംശയാലുക്കളായ ദാക്ഷിണാത്യകവികൾ, പിന്നീടും ഭാഷാപോഷിണിയായിത്തീർന്ന കോട്ടയം കവിസമാജത്തിലേക്കു തമ്പുരാനെ ക്ഷണിച്ചു വരുത്തി സ്വയം തോല്ക്കുവോളം പരീക്ഷിച്ചത് അന്നത്തെ മനോഭാവത്തിന്റെ സൂചനയായി കണക്കാക്കണം. എ.ആർ. രാജരാജവർമ്മ തന്നെയായിരുന്നു അന്നു തലപുകഞ്ഞാലോചിച്ച് 'ഗംഗാവതരണ'മെന്ന ഒരു നാടകവിഷയം നിർദ്ദേശിച്ചതും.

'പച്ചമലയാള'പ്രസ്ഥാനം ഉപചാരപൂർവം ഉദ്ഘാടനം ചെയ്തു എന്നതുമാത്രമല്ല റൊമാന്റിസിസത്തിന്റെ പൂർവചരിത്രത്തിൽ കുഞ്ഞിക്കുട്ടൻ തമ്പുരാന്റെ സ്ഥാനം. കേരളത്തിലെ മധ്യകാലചരിത്രത്തിൽ തമ്പുരാനുണ്ടായിരുന്ന അഭിനിവേശം ഒരു റൊമാന്റിസിസ്റ്റിന്റേതായിരുന്നു. 'കേരളം' എഴുതുവാൻ അദ്ദേഹത്തെ പ്രേരിപ്പിച്ചതും ഈ താല്പര്യം തന്നെയായിരിക്കണം. ശങ്കുണ്ണിയുടെ ഐതിഹ്യമാല മധ്യകാലത്തെ മായികലോകത്തോടുള്ള ആഭിമുഖ്യത്തിന്റെ മറ്റൊരു തെളിഞ്ഞ രേഖയായിക്കരുതാം. ഭാരതീയ പുരാണങ്ങളിലെ ക്ലാസ്സിക് ഇതിവൃത്തങ്ങളുപേക്ഷിച്ച് മിക്കവാറും അവിശ്വാസങ്ങളായ നാടൻ പഴങ്കഥയിലേക്കു തിരിക്കുകയായിരുന്നു കേരളീയഭാവന. നാരായണപ്പൊതുവാളുടെയും എം.ആർ.കെ.സിയുടെയും കഥകളും പിന്നീട് കവനകൗമുദിയിൽ വന്ന യക്ഷിക്കഥകളും ഈ പ്രവണത എത്രത്തോളം വ്യാപകമായിരുന്നു എന്നു കാണിച്ചുതരുന്നുണ്ട്. ജർമ്മൻ റൊമാന്റിസിസത്തിന്റെ മുഖ്യവും ബ്രിട്ടീഷ് റൊമാന്റിസിസത്തിന്റെ ഭാഗികവുമായ സ്വരൂപവും ഇതുതന്നെയായിരുന്നു.

തമ്പുരാനിൽ പ്രകടമായിക്കണ്ട ഈ സവിശേഷത, അതുകൊണ്ട് ഒരു വ്യക്തിയുടേതല്ല, കാലഘട്ടത്തിന്റെ സവിശേഷതയാണെന്നു പറയാം. മറ്റു കവികളിൽ കാണുന്ന ഐതിഹ്യോന്മുഖ്യം തമ്പുരാനിൽ നിന്നു പകർന്നതാവണം എന്നില്ല. എങ്കിലും മലയാളഭാഷയിലെ മികച്ച ബാലഡുകളെഴുതിയ കുണ്ടൂർ തമ്പുരാന്റെ സുഹൃത്തുമായിരുന്നു. തൊള്ളായിരത്തിനാലിലോ അഞ്ചിലോ പുറത്തുവന്ന കോമപ്പനിൽ ലിറിക്കൽ ബാലഡുകളുടെ എല്ലാ പ്രത്യേകതകളുമുണ്ട്. സംഗീതാത്മകത്വം, പ്രാഥമികഭാവങ്ങളായ രതിയിലും പകയിലും താൽപര്യം, വിശ്വാസ്യമാക്കപ്പെട്ട അവിശ്വാസ്യതയാൽ ലഭിക്കുന്ന മായികാന്തരീക്ഷം, മധ്യകാല സാഹസങ്ങളുടെ ആദരവൽക്കരണം എന്നിങ്ങനെ കോൾറിജിനും മറ്റും പ്രിയമായിരുന്ന എല്ലാംതന്നെ കോമപ്പനിലും കാണാം. മലയാളഭാഷയുടെ ശബ്ദശക്തിയെ തന്റെ അനുഗ്രഹീതനിമിഷങ്ങളിൽ കുണ്ടൂരിനു കഴിഞ്ഞതുപോലെ, കണ്ടെത്താനും പുനരാവിഷ്കരിക്കുവാനും നിയോക്ലാസിക് കവികൾക്കാർക്കും കഴിഞ്ഞിട്ടില്ല. കുണ്ടൂരിതൊന്നും

ബോധപൂർവം ചെയ്യുന്നതല്ലെന്നു കരുതുന്ന പലരുമുണ്ട്. അദ്ദേഹത്തിനു മുറപ്പടി ഇംഗ്ലീഷുവിദ്യാഭ്യാസം കിട്ടിയിരുന്നുവെന്നറിയായ്കയും കവിത ശ്രദ്ധിച്ചു വായിക്കായ്കയും മറ്റുമാണ് ഈ ധാരണയ്ക്കു കാരണം. തന്റെയും സുഹൃത്തുക്കളുടെയും പുതുകവിതയുടെ മുദ്രാവാക്യം കുണ്ടൂർ ഇങ്ങനെ പാടി.

"നാൾതോറുമിങ്ങനെ പറഞ്ഞതുതന്നെ വീണ്ടു-
മോതുന്നൊരിപ്പണിയിനിക്കഴിയില്ലെനിക്ക്
നീ താനുറങ്ങുവതിനുള്ളിലൊരറ്റമെത്തി-
ടാതുള്ളതൊന്നുമിനി ഞാനുരചെയ്കയില്ല."

വർണ്ണനാത്മകതയ്ക്കു പകരം ആഖ്യാനചതുരത, സമഗ്രതയ്ക്കു പകരം ഏകാഗ്രത, ഇതിവൃത്തത്തിൽ നവീനത ഇതെല്ലാം റൊമാന്റിക് മനോഭാവത്തിന്റെ ആദർശപ്രഖ്യാപനം തന്നെ. *വീണപൂവി*നും ഒരു വിലാപത്തിനും നളിനിക്കും മുമ്പുതന്നെ റൊമാന്റിസിസത്തിന്റെ കാറ്റ് നമ്മുടെ നാട്ടിൻപുറങ്ങളിൽ വീശിക്കഴിഞ്ഞിരുന്നു. 1916-ലാണ് കാവ്യരൂപത്തെക്കുറിച്ചും കാവ്യപ്രയോജനത്തെക്കുറിച്ചും ദൃഢാഭിപ്രായങ്ങളുണ്ടായിരുന്ന കുമാരനാശാൻ, ചിത്രയോഗം നിരൂപണം ചെയ്തുകൊണ്ടെഴുതിയത്: "ഇത്തരം കാവ്യങ്ങളുടെ(മഹാകാവ്യങ്ങളുടെ) ആവശ്യകതയേയും സ്പൃഹണീയതയെയും പറ്റി ഞങ്ങൾക്കു പണ്ടേ ഭിന്നാഭിപ്രായമാണുള്ളത്. രുഗ്മാംഗദചരിതത്തെയും ഉമാകേരളത്തെയും പറ്റി വിമർശിച്ച അവസരത്തിൽ ഞങ്ങൾ അതിനെ സൂചിപ്പിച്ചിട്ടുണ്ട്." പിന്നീട് പ്രരോദനത്തിന്റെ അവതാരികയിൽ എ.ആർ തമ്പുരാന്റെ ആംഗലസാമ്രാജ്യത്തെ മുക്തകണ്ഠം പ്രശംസിച്ചതെന്തിനാണെന്ന് എനിക്കു മനസ്സിലായിട്ടില്ലയെങ്കിലും പഴയ ചിത്രയോഗനിരൂപണത്തിലാണ് ആശാന്റെ കാവ്യദർശനം പ്രഖ്യാപിക്കപ്പെട്ടിരിക്കുന്നത് എന്നു കരുതാനാണ് അധികം ന്യായം.

പക്ഷേ കുമാരനാശാനും വള്ളത്തോളിനും മറ്റും പിന്നീടുണ്ടായ കാവ്യാദർശബോധം എന്നും ഉണ്ടായിരുന്നതാണെന്ന് വിശ്വസിക്കുവാൻ തെളിവൊന്നുമില്ല. *വീണപൂവി*ന് മുമ്പ് ആശാൻ എഴുതിയത് 'ശാങ്കരശതരവും' 'സുബ്രഹ്മണ്യവിജയ'വും മറ്റുമാണ്. കൂട്ടത്തിൽ മുഴുമിക്കാത്ത 'കാമിനീഗർഹണ'വും എഴുതി.

"കണ്ണേറുകൊണ്ടു കലുഷക്കടലിൽ കുമിഴും
പെണ്ണുങ്ങളും പുഴുവുതിന്നു പൊലിഞ്ഞുപോകും."

ഈ മനോഭാവമാണ് നളിനിയിലെത്തുമ്പോൾ കടുത്ത മാനസസംഘർഷമായി, സീതയിൽ പുരുഷോപാലംഭമായി രൂപാന്തരപ്പെടുന്നത്. ഇതുപോലത്തെ മൗലികപരിവർത്തനങ്ങൾക്കു വഴിതെളിയിച്ചത് ആശാന്റെ ബാംഗ്ലൂരിലെയും കൽക്കത്തയിലേയും

ജീവിതമായിരുന്നുവെന്നും പൊതുവേ അംഗീകരിക്കപ്പെട്ടിട്ടുണ്ട്. ആത്മാവിനു സ്വാതന്ത്ര്യവും ഹൃദയത്തിനു വികാസവും ഈ ജീവിതം ആശാനു നൽകി.

ഉത്തരേന്ത്യയിൽ അന്നുണ്ടായിരുന്ന രണ്ടുജ്ജ്വലകവികൾ-ടാഗ്ഗൂറും ഇഖ്ബാലും ആശാനെ നന്നെ ആകർഷിച്ചിരിക്കണം. അവരിലും കവിതയും തത്ത്വചിന്തയും സമ്മേളിച്ചിരുന്നു എന്നത് ആശാന് മാതൃകാപരമായി തോന്നിയിരുന്നു എന്നുവരാം. അന്നത്തെ കവിസമ്മേളനങ്ങളിൽ മുശായിരകളിൽ, ഇഖ്ബാൽ ഒരു കമ്പമായിരുന്നു. സദസ്സിൽ ചൊല്ലാറുള്ള ഇഖ്ബാൽകവിതകൾക്കു പത്രാധിപന്മാർ തിക്കിത്തിരക്കുകയാണ് പതിവ്. അച്ചടിക്കുംമുമ്പ് വേണ്ടത്ര മിനുക്കുപണിചെയ്യാൻ പോലും അവർ അദ്ദേഹത്തെ അനുവദിക്കാറില്ലത്രേ. 1905-നു മുമ്പ് അത്തരം മുശായിരകളിലൊന്നിൽ വായിച്ച കവിതയാണ് പിന്നീട് ഇംഗ്ലീഷിലേക്കു പരിവർത്തനം ചെയ്ത 'വീണപൂവ്'. പാളിക്കത്താത്ത തീനാളംപോലുള്ള അതിന്റെ ഉജ്ജ്വലശാന്തി ആശാനെ ആകർഷിച്ചിരിക്കുകയും ചെയ്യാം.

നളിനിയിലെത്തുമ്പോഴേക്കും ആശാൻ തന്റെ ഭാവപ്രപഞ്ചത്തിനിണങ്ങിയ രൂപവും ഭാഷയും കണ്ടെത്തുവാൻ പുതിയൊരു ശ്രമം നടത്തുന്നതായി കാണാം. ലിറിക്കൽ ബാല്ലഡുകളുമായി നേടിയ അടുപ്പം നളിനിയുടെ തുടക്കത്തിൽ കാണാമെങ്കിലും ഈ അടുപ്പം വാസ്തവത്തിൽ അവസാനംവരെ നീണ്ടുനിൽക്കുന്നില്ല. ഭാഷാശൈലിയുടെ വടിവ് ആയിടെ പുറത്തുവന്ന *കുമാരസംഭവ* തർജ്ജമയുടേതു തന്നെ. മനുഷ്യജീവിതത്തിലെ ഭാവസാന്ദ്രങ്ങളായ കാലബിന്ദുക്കളെ ജീവിതസാകല്യത്തിന്റെ തന്നെ കേന്ദ്രീകൃതപ്രകാശത്താൽ ഉജ്ജ്വലമാക്കിത്തീർക്കുന്ന റൊമാന്റിക് കാവ്യാദർശം വളരെ ശ്രദ്ധയോടെയാണ് ആശാൻ പ്രയോഗിച്ചു നോക്കിയിട്ടുള്ളത്. നിരന്തരമായ ഈ ശ്രദ്ധയുടെ ഫലം ലീലയെ കൂടുതൽ കുറടക്കമുള്ളതാക്കിത്തീർത്തു.

സ്നേഹമാണ് ജീവിതത്തിന്റെ ആദ്യമധ്യാന്തങ്ങളെന്ന വിശ്വാസം ഷെല്ലിയിൽനിന്നാവാം ആശാൻ ഉൾക്കൊണ്ടത്. പ്രപഞ്ചവ്യാപിയായ സത്യം സ്നേഹമാണ് എന്ന തുടക്കത്തിൽ നിന്ന് സ്നേഹവ്യാഹതി മരണമാണെന്നും സാമൂഹ്യോൽക്കർഷത്തിനുള്ള പരമോപാധി സ്നേഹമാണെന്നും ഉള്ള ("സ്നേഹം നരകത്തിൻ ദ്വീപിൽ സ്വർഗ്ഗഗേഹം പണിയും പടുത്വം") രഹസ്യാത്മകസങ്കല്പങ്ങളിലേക്ക്, വഴക്കലുള്ള ഈ പാതയിൽക്കൂടി, ആശാൻ തനിയെ എത്തിച്ചേരുകയും ചെയ്തു.

പാശ്ചാത്യ റൊമാന്റിസിസത്തിന്റെ മറ്റൊരു ഘടകം ക്രിസ്തീയാദർശങ്ങളിൽ വൈമുഖ്യവും പേഗനിസത്തിലും പ്രകൃത്യാരാധനയിലും

ഭ്രമവുമായിരുന്നുവല്ലോ. പാരതന്ത്ര്യങ്ങളോടുള്ള സാർവത്രിക പ്രതിഷേധത്തിന്റെ ഒരു ഭാഗം തന്നെ ഇതും. ആശാനുണ്ടായിരുന്നത് സംസ്കൃതഭാഷയുടെ പൈതൃകമാണ്. അദ്ദേഹത്തിന്റെ ഉപകരണമാകട്ടെ, ചരിത്രാതീതകാലങ്ങളിൽ നിന്ന് ഒഴുകിവരുന്ന ഭാരതീയകാവ്യധാരയും. ഇംഗ്ലീഷിൽത്തന്നെ ഭാരതീയഭാവനയുമായി ഇണങ്ങിപ്പോകുന്ന വേഡ്സ്വർത്ത്, ഷെല്ലി, ആർനോൾഡ് തുടങ്ങിയ കവികളോടായിരുന്നു ആശാന്നടുപ്പം. എങ്കിലും ഹൈന്ദവനവോത്ഥാനത്തിന്റെ ഒത്ത നടുക്ക് നില്ക്കുമ്പോൾ പോലും അദ്ദേഹത്തിന് മർദ്ദകമായ ഹിന്ദുമതവുമായി ഇണങ്ങിപ്പോവുക വിഷമമായിരുന്നു. അന്നു ചരിത്രത്തിൽനിന്നു പുറത്തു കടക്കാതെ ഹിന്ദുമതത്തിൽനിന്നു പുറത്തുകടക്കുവാൻ ഒരു വഴിയേ തുറന്നിരുന്നുള്ളൂ. ബുദ്ധന്റെ മാർഗ്ഗം മാത്രം സ്മരണകളിൽ ശ്രീ. സദാശിവൻ പറയുംപോലെ "ആശാൻ എന്നുമൊരു ബുദ്ധമതപക്ഷപാതിയായിരുന്നു.'' തന്റെ 'ഭക്തിയുഗ'ത്തിനുശേഷം ആശാൻ ഒരിക്കലേ ഹൈന്ദപുരാണങ്ങളിലേയ്ക്കു മടങ്ങിവന്നിട്ടുള്ളൂ. അതാകട്ടെ ധർമ്മത്തിൽ നിലീനമായ അധർമ്മത്തെച്ചൊല്ലി സീതയെക്കൊണ്ടു രാമനെ നിരൂപണം ചെയ്യിക്കുവാനുമായിരുന്നു.

ദുരവസ്ഥയിലാകട്ടെ, ഹൈന്ദവസമുദായത്തിന്റെ ദുരവസ്ഥയ്ക്കു കാരണം ജാതി തന്നെയാണ് എന്ന് യാതൊരു വളച്ചുകെട്ടുമില്ലാതെ ആശാൻ പ്രഖ്യാപിക്കുകയും ചെയ്തു.

വിദ്യാഭ്യാസത്തിന്റെ പ്രചാരംകൊണ്ടും ഫ്യൂഡൽ പാരമ്പര്യങ്ങളുടെ തകർച്ചകൊണ്ടും ഉയർച്ചയിലേക്കു കാലൂന്നിക്കൊണ്ടിരുന്ന ജനവർഗ്ഗങ്ങളുടെ ഉൽക്കർഷേച്ഛയുടെ പ്രതീകമാകുവാൻ അങ്ങനെ ആശാന്റെ കവിതയ്ക്കു കഴിഞ്ഞു. നൂറ്റാണ്ടുകളായി കവിതയ്ക്കില്ലായിരുന്ന ശക്തിയും പ്രാധാന്യവും അത് കവിതയ്ക്ക് നേടിക്കൊടുത്തു. എന്തുകൊണ്ടെന്നാൽ കവിതയേക്കാൾ വലുതായിരുന്നു അന്നത്തെ മുഖ്യമായ ചിന്താവിഷയം.

കൊടുങ്ങല്ലൂർ കവികൾക്കും പച്ചമലയാളപ്രസ്ഥാനത്തിന്റെ തുടക്കത്തിനുമില്ലാതിരുന്നതും ചിന്താവിഷയമല്ലാതെ മറ്റൊന്നുമല്ല, കേരളവർമ്മയുടെ നിയോക്ലാസ്സിക് മനസ്സിനുചിതമായ ഒരു കാവ്യശൈലിയും അദ്ദേഹത്തിനുണ്ടായിരുന്നു. അവിടെ മനസ്സിനു ദ്വൈധീഭാവമില്ല. വെൺമണി പ്രസ്ഥാനത്തിനാകട്ടെ, വളരെ കാലത്തോളം ലക്ഷ്യമില്ലായ്മയായിരുന്നു ലക്ഷ്യം. 'ചോറേ, ചമ്മന്തി' എന്ന മുക്തകം ഇത്തരം കാലഘട്ടങ്ങളിലെ ഒരു നേട്ടമായി എണ്ണപ്പെട്ടു. അതുമാത്രമല്ലേ, മുക്തകങ്ങൾ തന്നെ ആ കാലഘട്ടത്തിന്റെ വ്യക്തിസ്വഭാവമായിരുന്നു എന്നുപറയാം. ഭാവനയെ ഒരു ലക്ഷ്യത്തിൽ, മൂല്യബോധത്തിൽ ഉടക്കുവാൻ കഴിയാത്ത, അനുഭവത്തെ അർത്ഥയുക്തമായി ആത്മാവിൽ

വച്ച വ്യാഖ്യാനിക്കുവാൻ കഴിയാത്ത കവികളുടെ ഉല്പന്നങ്ങളായിരിക്കും ഛായാശ്ലോകങ്ങളും മുക്തകങ്ങളും. മിക്കവാറും ബോധാതീതമായ മൂല്യധാരണകളാണ്, കാന്തം ഇരുമ്പുപൊടികൾക്കെന്നപോലെ അനുഭൂതിശകലങ്ങൾക്ക് അവധാര്യമായ പാറ്റേൺ സൃഷ്ടിക്കുന്നത്. വെൺമണിക്കമ്പനിക്കാർ പഴയ കാന്തങ്ങൾ തീർത്ഥക്കുളത്തിൽ തന്നെയെറിഞ്ഞു, പുതിയവ നേടിയെടുത്തുമില്ല. എങ്കിലും കവിതയെ മതേതരമായ വിഷയങ്ങളോടു വീണ്ടും അടുപ്പിച്ചു എന്നത് അവരുടെ നേട്ടമായിരുന്നു. ഒടുവിലിന്റെയും കുണ്ടൂരിന്റെയും കവിതയിലെത്തുമ്പോൾ ഇതു കൂടുതൽ പ്രകടമായിത്തീരുകയും ചെയ്തു.

കുണ്ടൂരും വള്ളത്തോളും വളരെ അടുത്തു ജീവിച്ചിരുന്നവരാണ്. അവരുടെ ഭാവനകൾ അന്യോന്യം പരാഗാധാനം ചെയ്തിരുന്നുവെന്നും തോന്നുന്നു. കോമപ്പനിൽനിന്ന് അനിരുദ്ധനിലേക്കുള്ള ദൂരം നാം കരുതുന്നതിലും എത്രയോ കുറവാണെന്ന് ഇന്നു കാണാവുന്നതാണ്. നളിനിയിൽനിന്നും മറ്റും എന്തെങ്കിലും പ്രചോദനം വള്ളത്തോളിനു ലഭിച്ചിരുന്നു എന്നതിന് ഒരു തെളിവും അക്കാലത്തെ വള്ളത്തോൾ കവിതകളിൽ എനിക്കു കാണുവാൻ കഴിഞ്ഞിട്ടില്ല. വള്ളത്തോളിന്റെ ഖണ്ഡകാവ്യങ്ങളുടെ പൈതൃകം കണ്ടെത്തേണ്ടത് മറ്റിടങ്ങളിലാണ്.

ഇന്ദ്രിയാനുഭവങ്ങൾ സമൃദ്ധമായി മോന്തിക്കുടിച്ചു വളർന്നതാണ് വള്ളത്തോളിന്റെ ഭാവന. മനുഷ്യലാവണ്യവും പ്രകൃതിഭംഗികളും അദ്ദേഹത്തെ മത്തുപിടിപ്പിച്ചിട്ടുണ്ട്. ഈ അംശത്തിൽ ആശാൻ വേഡ്സ്വർത്തിനോടും വള്ളത്തോൾ ഷെല്ലിയോടും അടുത്തുനിൽക്കുന്നു. ഐന്ദ്രിയസത്യത്തെക്കാൾ പ്രകൃതിയുടെ അമൂർത്തഭാവത്തെയാണ് ആശാൻ ധ്യാനിച്ചിരുന്നത് എന്നുതോന്നുന്നു. ഇതുകൊണ്ടാവാം കേരളീയമായ അംശം, പ്രകൃതിയും ജീവിതവും, ആശാന്റെ കവിതകളിൽ വിരളമായിത്തീർന്നത്. വള്ളത്തോളിൽ കേരളത്തെയും ഭാരതത്തെയും ചൊല്ലിയുള്ള അഭിമാനമുണ്ട്. പക്ഷേ, ഈ അഭിമാനം പുരാണകഥകളുടെ പുനരാഖ്യാനങ്ങളിലോ, പൗരാണികമായ ശൈലിയിലോ അല്ല കണ്ടെത്തേണ്ടത്. ഭാരതത്തിന്റെ അതീതകാലത്തെക്കുറിച്ചു നിരന്തരവും അഭിമാനഭരിതവുമായ അവബോധം (Sense of the past) ഇത്രത്തോളം മറ്റൊരു കേരളീയ കവിക്കും ഉണ്ടായിരുന്നതായി തോന്നുന്നില്ല. 'കർമ്മഭൂമിയുടെ പിഞ്ചുകാ'ലോ 'ശിഷ്യനും മക'നുമോ 'എന്റെ ഗുരുനാഥ'നോ 'മലയാളത്തിന്റെ തല'യോ പുരാണങ്ങളോ ഇതിനായി ഉദ്ധരിക്കാവുന്നതാണ്.

"ഗംഗയാറൊഴുകുന്ന നാട്ടിലേ..."
"ഭാരതവർഷത്തിലെ പൂർവരാമൃഷീന്ദ്രർ..."

"വല്ലായ്മ ദേവകൾ പെട്ടുത്തുവതും,'' എന്നും മറ്റുമുള്ള വരികളും പകർത്താം. ഞാനതു ചെയ്യുന്നില്ല. 1926-ൽ വള്ളത്തോൾ ഒരു ചേർത്തലപ്രസംഗത്തിൽ പറഞ്ഞതുമാത്രം ഉദ്ധരിക്കാം. "വള്ളത്തോൾ പ്രസ്ഥാനം എന്ന് ഇപ്പോൾ പലരും പറയാറുണ്ട്. അത് ഒരു പുതിയ പ്രസ്ഥാനമല്ല. പഴയതുതന്നെയാണ്. അലങ്കാരങ്ങളെല്ലാം കവിതയ്ക്കു മോടിയാണെന്ന് അന്നു പലർക്കും തോന്നിയിരുന്നു. ഇപ്പോൾ ആ കാലമെല്ലാം കഴിഞ്ഞു. ഇപ്പോൾ നമ്മളെ ഇതൊക്കെ ഉപേക്ഷിച്ച് പഴയതിലേയ്ക്കു ക്ഷണിക്കുന്നു. നമ്മെ പുരാതന ഋഷിമാരുടെ മാർഗ്ഗത്തിലേക്കു വിളിയ്ക്കുകയാണ് ചെയ്യുന്നത്. അതുകൊണ്ട് നമുക്ക് ഋഷിമാരുടെ പിന്നാലെ പോകണമെന്നാണ് ഞാൻ പറയുന്നത്.'' നൂറ്റാണ്ടുമുമ്പു ജർമ്മൻ റൊമാന്റിസിസത്തിന്റെ തുടക്കത്തിൽ ജോവിം വിങ്കിൾമാൻ എന്ന പണ്ഡിതനും യുവാക്കളെ ഉദ്ബോധിപ്പിക്കുകയുണ്ടായി. "ആധുനികകവികൾക്കു മഹത്വത്തിലേക്കുള്ള മാർഗ്ഗം ഒന്നേയുള്ളൂ. അതുല്യമായ ഈ മാർഗ്ഗം പ്രാചീനകവികളെ അനുകരിക്കയല്ലാതെ മറ്റൊന്നുമല്ല."[3]''

വാല്മീകിയിൽനിന്നാരംഭിക്കുന്ന ഭാരതീയകവിഭാവനയുടെ ഇങ്ങേ അറ്റത്തെ സുരഭിലവികാസമാണ് താനെന്ന ബോധം വള്ളത്തോളിനെ അമരമായ ഭൂതകാലത്തിന്റെയും ഒരു ഭാഗമാക്കിത്തീർത്തിരുന്നു. നിയോക്ലാസ്സിസത്തിൽനിന്നു വിദൂരാതീതകാലത്തിന്റെ സരളവും സുന്ദരവുമായ ശൈലിയിലേക്കു തിരിച്ചുപോവുക എന്നത് റൊമാന്റിസിസത്തിന്റെ സാമാന്യ സ്വഭാവങ്ങളിലൊന്നായിരുന്നു. ഇതിന്റെ മറ്റൊരു മുഖം സമീപഭൂതകാലത്തിലുള്ള അതൃപ്തിയായിരുന്നു.

1920-ാമാണ്ടിനിടയ്ക്കു വള്ളത്തോൾ ഭാരതത്തിന്റെ സജീവവർത്തമാനത്തിൽ ലയിക്കുകയും ദേശീയ ചൈതന്യത്തിന്റെ അംഗീകാരമായിത്തീരുകയും ചെയ്തു. അന്നു ഭൂതകാലത്തിനു പുതിയൊരർത്ഥവും ഗാംഭീര്യവും ഉണ്ടായി. ദേശീയപ്രസ്ഥാനത്തിൽ, ഇവിടെ മാത്രമല്ല, എവിടെയും പിന്തിരിഞ്ഞുനോക്കുക എന്നാൽ ഭാവിയിലേക്കു നോക്കുക എന്നാണർത്ഥം. 'കർമ്മഭൂമിയുടെ പിഞ്ചുകാലി'ലും മറ്റും വള്ളത്തോൾ അതീതതയുടെയും അനാഗതത്തിന്റെയും കവിയായിത്തീരുന്നു. പാശ്ചാത്യസാഹിത്യങ്ങളിൽ റൊമാന്റിസിസം മിക്കപ്പോഴും വ്യക്തിപരതയിലേക്കു നീങ്ങിപ്പോയിരുന്നുവെങ്കിലും ഭാരതീയ കാല്പനികത്വത്തിന്റെ മൗലികഭാവം സാമൂഹ്യബോധമായിരുന്നു. മുക്തകങ്ങളും ഛായാശ്ലോകങ്ങളും എഴുതി മരിക്കുമായിരുന്ന വള്ളത്തോളിന്റെ സമൃദ്ധമായ ആർദ്രഭാവനയെ, സമ്പന്നങ്ങളായ അനുഭൂതികളെ അർത്ഥപൂർണ്ണമാക്കുകയും ചെയ്യുന്നത് ഈ സാമൂഹ്യചേതനയാകുന്നു.

---

3 Scott-James ഉദ്ധരിക്കുന്നത്

സ്പഷ്ടമായ കാരണങ്ങൾകൊണ്ട് ആശാനിൽ ഉത്തിഷ്ഠമാനമായ ഭാരതസ്വരൂപം ഉണ്ടാക്കുക സാധ്യമായിരുന്നില്ല. ഭാരതസാമൂഹ്യനീതിയുടെ ഒരു വിമർശനമായ ബുദ്ധമതത്തോടുള്ള ആദരം, സംസ്കൃതത്തെ വിട്ട് ആംഗലകാവ്യമാതൃകകളോടും അലങ്കാരരീതികളോടുമുള്ള ഔന്മുഖ്യം, പാരമ്പര്യവിരുദ്ധമായ രചനാരീതി, സ്ഥായിയായ വിഷാദഭാവന, സാമൂഹ്യശൃംഖലകളെക്കുറിച്ചുള്ള നോവിക്കുന്ന ഓർമ്മ ഇവയിലാണ് ആശാനിലെ കാല്പനികാംശം പ്രകടമാകുന്നത്.

"കരുതുവതിഹ ചെയ്‌വ വയ്യ ചെയ്യാൻ
വരുതി ലഭിച്ചതിൽ നിന്നിടാ വിചാരം
പരമഹിതമറിഞ്ഞുകൂടയായു:
സ്ഥിരതയുമില്ലതി നിന്ദ്യമീ നരത്വം."

എന്ന ശ്ലോകം റൊമാന്റിക് ഹൃദയത്തിന്റെ ഛായാചിത്രമാണ്.

ആധുനിക കവിതയുടെ ഉപകരണങ്ങളിൽ മിക്കതും ഖണ്ഡകാവ്യം, ഗീതം, ഗീതകം തുടങ്ങിയവയെല്ലാം റൊമാന്റിസിസത്തിന്റെ സംഭാവനകൾ തന്നെ. വള്ളത്തോൾ യുഗത്തിനു ശേഷം രൂപശില്പത്തിൽ തികച്ചും നൂതന മായ പരീക്ഷണങ്ങൾ ചങ്ങമ്പുഴയോളം ആരും നടത്തിയിട്ടില്ല. കവിതയിലും അതിലുമധികം സ്വജീവിതത്തിലും റൊമാന്റിസിസത്തിന്റെ മധുര ദൗർബല്യങ്ങളത്രയും ഉൾക്കൊള്ളുന്ന ഈ കവി സംസ്കൃത പാരമ്പര്യത്തിൽനിന്നുള്ള സമ്പൂർണ്ണമോചനം കുറിക്കുന്നു എന്നുപറയാം. ഭാഷയിൽ മാത്രമല്ല, ഭാവശില്പത്തിലും അലങ്കാരകല്പനകളിലുമെല്ലാം തന്നെ. അതുകൊണ്ട് ചങ്ങമ്പുഴ എന്തൊക്കെയെഴുതിയോ അതെല്ലാം തന്നെ പുതുമയുൾക്കൊള്ളുന്നതായിത്തീർന്നു. വാസ്തവത്തിൽ ആ കൃതികളുടെ വൈദേശികമുഖം പലപ്പോഴും തിരിച്ചറിയാത്തത് അക്ലിഷ്ടവും സംഗീതാത്മകവുമായ ശബ്ദവിന്യാസത്തിന്റെ മായിക മുഖാവരണം കൊണ്ടു മാത്രമാണ്. മലയാളകവിതയുടെ ചരിത്രത്തിൽ ഇത്രയ്ക്കുഗാഢമായ മാറ്റമുണ്ടാക്കിയ കവികൾ ഇടപ്പള്ളിക്കവികളെപ്പോലെ മറ്റാരുമില്ല എന്നുതീർച്ചയാണ്. ഈ മാറ്റങ്ങൾ മുഴുവനും നന്മയിലേയ്ക്കായിരുന്നു എന്നൊന്നും ഞാനിതുകൊണ്ടർത്ഥമാക്കുന്നില്ല. ചങ്ങമ്പുഴയെപ്പോലെ മറ്റൊരു കവിയെ നമുക്കു സഹിക്കുക വയ്യ എന്നതാണ് അദ്ദേഹത്തിന്റെ സവിശേഷത. ഈ ഇനത്തിൽ അതൊന്നു മതി.

ഉള്ളൂരിനെ പറ്റി ഒന്നുംപറയുകയുണ്ടായിട്ടില്ല. ഉമാകേരളത്തിന്റെ നിർമ്മാണമൊന്നുമാത്രം ഒഴിച്ചുനിർത്തിയാൽ, മൂന്ന് എന്ന അക്കത്തോടുള്ള മന്ത്രവാദത്തിന്റേതായ രഹസ്യാദരം മാത്രമാണ്, അദ്ദേഹത്തെ മറ്റുള്ളവരോടൊപ്പം ഉയർത്തി നിർത്തിയത് എന്നാണെന്റെ പക്ഷം. എങ്കിലും വരാനിരിക്കുന്ന പതിറ്റാണ്ടുകളിൽ ഉള്ളൂരിന്റെ ഭാവനാഭാസങ്ങളോടു

ജനങ്ങൾ കൂടുതൽ താൽപര്യം പ്രകടിപ്പിച്ചു എന്നു വന്നുകൂടായ്കയില്ല. ഗണിതശാസ്ത്രത്തിനു ബുദ്ധിയെ രസിപ്പിക്കാമെങ്കിൽ ഉള്ളൂർ കവിതയ്ക്കും അതു സാധ്യമാണ് എന്നു തീർച്ച.

കവിത്രയത്തോടുകൂടി റൊമാന്റിക് കവിതയും റൊമാന്റിക് കവിതയോടു കൂടി മലയാളകവിതയുടെ സൗഭാഗ്യങ്ങളും അസ്തമിച്ചു കഴിഞ്ഞു എന്നു വിശ്വസിക്കുന്ന ശുദ്ധാത്മാക്കളുണ്ട്. അവരുടെകൂടെ എന്തായാലും എനിക്കു നിൽക്കുക വയ്യ. പുതിയ കവിതയെയും വീണ്ടും വിലയിരുത്തേണ്ട കാലം എത്തിക്കഴിഞ്ഞിരിക്കുന്നു എന്നാണെനിക്കു തോന്നുന്നത്. ഗംഭീരമായ ഈ കർത്തവ്യം ആസന്നഭാവിയുടേതാണ്.

1963

ഖയ്യാമിന്റെ സ്വർഗ്ഗം

"പാകം വന്ന മുന്തിരിപ്പഴം പോലെ തുടുത്ത നിമിഷങ്ങൾ! വരൂ, സഖീ, വരൂ! നാളേക്കു ചീഞ്ഞടിഞ്ഞുപോകുന്ന ജീവിതത്തിന്റെ ഉന്മാദകരമായ രസം ആവോളം നുകരൂ! നാളെ-നാളെയോ? ജീവിതസമൃദ്ധികൊണ്ടും വികാരപൂർത്തികൊണ്ടും വിങ്ങിപ്പൊട്ടുവാൻ കുതിക്കുന്ന ദ്രാക്ഷാഫലമിരിക്കേ വിടരാതിരിക്കുന്ന പൂക്കളെ ധ്യാനിച്ചു സമയം കളകയോ? മാദകമായ അതിന്റെ ചാറിൽ എല്ലാ നെടുവീർപ്പുകളും എല്ലാ വേദനയും അലിഞ്ഞുപോകട്ടെ!"

ഖയ്യാം ക്ഷണിക്കുന്നു

ഒമ്പതു ശതാബ്ദങ്ങൾക്കുമുമ്പ് ഖൊറാസാനിലെ പനിനീർപ്പൂന്തോപ്പിലിരുന്നു ഉമർ വിളിച്ചുപറഞ്ഞു: തുടുക്കുന്ന വദനങ്ങൾ കൊണ്ടും തുടുക്കുന്ന മുന്തിരിക്കുലകൾകൊണ്ടും അനുഗ്രഹീതമായ ഇറാൻ ഭൂവിഭാഗത്തെ മാത്രമല്ല നിരാശാതപ്തമായ ഈ ലോകത്തെ മുഴുവനുംതന്നെ ഖയ്യാം തന്റെ സ്വർഗ്ഗത്തിലേക്കു ക്ഷണിച്ചു:

"ആ മരുനിലവും പച്ച-
പ്പാടവും വേർതിരിക്കുമ
ശ്യാമളമാം പുൽത്തകിടിൽ
വന്നുചേരുവിൻ!
ഇല്ല രാജാവില്ലടിമയെന്നിവിടെ;
സൈ്വര്യം സുൽത്താ-
നല്ലസിച്ചുകൊള്ളട്ടേ തൻ
സിംഹാസനത്തിൽ."
ഇംഗ്ലണ്ടിലെ മാറ്റൊലി

ധീരമായിരുന്നു, ജീവദായകമായിരുന്നു ഈ ആഹ്വാനം. എട്ടുനൂറ്റാണ്ടിനുശേഷം, മറ്റൊരു മഹാകവിയിൽക്കൂടി വിദേശസംസ്കാരങ്ങളെപ്പോലും

അമ്പരപ്പിക്കുവാനും ഉലയ്ക്കുവാനും അതിന്റെ പ്രതിധ്വനിക്കു കഴിവുണ്ടായല്ലോ! ഫിറ്റ്സ്ജെറാൾഡിന്റെ കാവ്യം ആഹരിച്ച ഇംഗ്ലണ്ടിലെ യുവതികളും യുവാക്കന്മാരും, അവരുടെ സ്വതന്ത്രപ്രേമത്തിനു വിഘാതമായ സാമൂഹ്യനിയമങ്ങളുടെ മുമ്പിൽ നിന്നുകൊണ്ട് ഉദ്ധതമായ ആത്മാവോടെ പാടി- പേഴ്സ്യയിലെ പുരാണകവിയുടെ ആ ഗാനം!

"തേനഞ്ചുന്ന ലഘുകാവ്യം
വല്ലതുമാഹാരമല്പം
പാനഭാജനം നിറയെ മധു മധുരം
ഗാനം ചെയ്യും നീയരികെ-
പ്പാദപത്തണലിലയ്യാ!
കാനനവുമെനിക്കെന്നാൽ
വാനവലോകം!"

സന്ന്യാസത്തോടുള്ള വെല്ലുവിളി

ക്രിസ്തുമതത്തിന്റെ സന്ന്യാസാഭിലാഷത്തോടും സംയമനവാഞ്ഛയോടുമുള്ള ഒരു വെല്ലുവിളികൂടിയായിരുന്നു ഇത്. ഹവ്വായെത്തൊട്ടു പാപം പെരുത്ത ആദാമിന്റെ മക്കൾ ഉറക്കെയുറക്കെ പാപത്തിന്റെ പാട്ടു നീട്ടിനീട്ടിപ്പാടി. ആ പാട്ടിൽ ഖയ്യാമിന്റെ സ്വർഗ്ഗം-ആദർശലോകം-ആദർശജീവിതം തെളിഞ്ഞു കണ്ടു. ഖയ്യാം കണ്ട വാനവലോകത്തോടുള്ള, ആർത്തി പുതിയതൊന്നുമായിരുന്നില്ല. നബിതിരുമേനി, ഏകദൈവവിശ്വാസികൾക്ക് വാഗ്ദാനം ചെയ്ത അതേ സുന്ദരസ്വർഗ്ഗമായിരുന്നു ഉമറിന്റേതും.

ഇസ്ലാമിലെ സ്വർഗസങ്കല്പം

"ആനന്ദമാത്രമായ ആ ഇടം സദ്വൃത്തർക്കുള്ളതാണ്. ഉപവനങ്ങളും, മുന്തിരിത്തോപ്പുകളും, നിറഞ്ഞുവിങ്ങുന്ന മാർത്തടങ്ങളോടുകൂടിയ പെൺകിടാങ്ങളും, നുരഞ്ഞുപൊങ്ങുന്ന പാനപാത്രവുംകൊണ്ട് ആസ്വാദ്യമായ ആ ലോകം! അവിടെ തെറ്റും നുണയുമില്ല. അല്ലാഹുവിന്റെ തികവൊത്ത പാരിതോഷികമാണിത്! (ഖുർ-ആൻ, അധ്യായം 78)

കാളിദാസന്റെ അളകാപുരി

അറേബിയാ മരുഭൂമിയിലെ പ്രവാചകന്റെ കിനാവിൽനിന്നും ഏറെ വ്യത്യസ്തമല്ല, ഗംഗയുടെ സമൃദ്ധസാനുക്കളിലെ കാളിദാസന്റെ ഭാവനയും. സൗന്ദര്യവും നന്മയും സ്വാതന്ത്ര്യവും സൗഖ്യവും മാത്രമുള്ള അളകയുടെ ചിത്രം അദ്ദേഹം ആലേഖനം ചെയ്യുന്നതു നോക്കുക:

"മിന്നും പൊൻമേടയിൻമേലുഡുനിര-
നിഴലിച്ചെത്രയോ പൂക്കളായി-

ച്ചിന്നമ്പോൾ ചന്ദ്രകാന്തത്തറകളിൽ
മദിരപാങ്ഗിമാരോട്ടുകൂടി
എന്നും സേവിപ്പ കല്പദ്രുമമധു
മദനോദ്ദീപകം കാമുകന്മാർ
നിന്നുദ്ഘോഷം കണക്കമ്മുരജ-
രവമണഞ്ഞീടവേ സ്നിഗ്ദ്ധമന്ദ്രം"

അളകയിൽ പൊന്നിൻരേണുക്കൾമിന്നും മണലും 'അമരരും കണ്ടു മോഹിക്കുന്ന തൈപ്പെൺകൊടികളും രമ്യഹർമ്യങ്ങളും', മതിയാവോളം ഉണ്ടെന്നും അഭിസരണവും മദ്യസേവയും സന്മാർഗ്ഗവിരുദ്ധമല്ലെന്നുംകൂടി കാളിദാസ മഹാകവി വർണ്ണിച്ചു കാണിക്കുന്നുണ്ടല്ലോ!

മറ്റു കവികളുടെ പിന്നാലെ

അവിടേയും മധു, മധുവാണി, ചന്ദ്രകാന്തശില, സർവതന്ത്രസ്വതന്ത്രത-ഇവയെല്ലാം തന്നെ. മറ്റൊന്നും, ഒന്നുംതന്നെ നമ്മുടെ കവികൾക്കും പ്രവാചകന്മാർക്കും ആവശ്യമില്ലേ എന്നു തോന്നിപ്പോകും. കൊതിയനായ ഭർത്തൃഹരിയും പണ്ടാശിച്ചു:

"മാലതീ ശിരസി ജൃംഭണം മുഖേ
ചന്ദനം വപുഷി കുങ്കുമാവിലം
വക്ഷസി പ്രിയതമാ മദാലസാ
സ്വർഗ്ഗ ഏഷ പരിശിഷ്ട ആഗമഃ."

(മുടിയിൽ മാലതീകുസുമവും മുഖത്തു മദനവിലാസവും ഉടലിൽ കുങ്കുമമിശ്രിതമായ ചന്ദനക്കൂട്ടും മാർത്തട്ടിൽ മദമന്ഥരയായ പ്രിയതമയും; ഇതാണ് സ്വർഗ്ഗം, മറ്റതൊക്കെ പഴങ്കഥമാത്രം.)

ഈ സ്വർഗ്ഗത്തിൽ ഭർത്തൃഹരി നീണ്ടുനീണ്ട തീർത്ഥാടനം നടത്തി. എന്നിട്ടും ജീവിതത്തിലെ സത്യവും സൗന്ദര്യവും അഭിദർശിക്കുവാൻ കഴിയാതെ; ഗതാശനായി ക്ഷീണനും വിരക്തനുമായി ഈശ്വരന്റെ മടിയിലേക്കു മടങ്ങിപ്പോരുകയും ചെയ്തു.

എല്ലാം ഒന്നുതന്നെ

ഭർത്തൃഹരിയും കാളിദാസനും മുഹമ്മദും ഉമർഖയ്യാമും ഭാവനം ചെയ്ത ആദർശസാമ്രാജ്യം പ്രായോഗികമായി ഒന്നുതന്നെയായിരുന്നു. ഈ ലോകത്തിലെ ആനന്ദം നശ്വരമായിക്കാണുകയാൽ മുഹമ്മദടക്കമുള്ള ആത്മീയാചാര്യന്മാർ, അനശ്വരമായ ഇതേ ആനന്ദം തേടി മറുലോകത്തിലേക്കു പോയി എന്നുമാത്രം. ഹൈന്ദവദാർശനികന്മാരാകട്ടെ, പലരും സുഖദുഃഖങ്ങൾക്കതീതമായ, ദ്വന്ദങ്ങളില്ലാത്ത ഒരാത്മീയാവസ്ഥയായ ആനന്ദത്തെ നിർവചിക്കുകയും ചെയ്തു.

വ്യഖ്യാതാക്കൾ വളച്ചു തിരിക്കുന്നു

ഉമർഖയ്യാമിന്റെ പേരിൽ വരച്ചുവച്ചിട്ടുള്ള പറുദീസയുടെ ചിത്രം, ഖയ്യാമിന്റേതല്ലെന്നും ആണെങ്കിൽത്തന്നെ കേവലം പ്രതിരൂപാത്മകമാണ് അതെന്നും സ്ഥാപിക്കുവാൻ എല്ലാ ഭാഷയിലേയും എഴുത്തുകാർ ഒരുപാടു മഷി ചെലവാക്കിയിട്ടുണ്ട്. മധുരങ്ങളായ വൈരുധ്യങ്ങൾകൊണ്ടു നിറഞ്ഞ ഉമർഖയ്യാമെന്ന തന്റെ ലേഖനത്തിൽ, ജി.എഴുതി:

"അപുനർലഭ്യമായ ഐഹികജീവിതത്തെ, വിശ്വാസയോഗ്യത തെളിഞ്ഞിട്ടില്ലാത്ത, പരലോകത്തിന്റെ കയ്യിൽ പണയം വയ്ക്കുന്ന മൂഢഭക്തിയെ സാനുകമ്പം അവഹേളിച്ചിരുന്ന ആ സൗന്ദര്യാരാധകനെ മദ്യലാലസനായ ഒരു ഇന്ദ്രിയദാസനായിട്ടു ഭ്രമിച്ചിരിക്കുന്നവർ ഇക്കാലത്തും അപൂർവമല്ല. പ്രകൃതിചഷകത്തിൽ പ്രതിബിംബിക്കുന്ന ദൈവികമുഖം കണ്ണുനിറയെക്കണ്ടു, പതഞ്ഞുതുളുമ്പുന്ന പരമാനന്ദ ചൈതന്യം മതിമറക്കുന്നതുവരെ നുകർന്നു നുകർന്നു വിധിയേയും മൃതിയേയും വകവയ്ക്കാതെ, അനുഭവസമൃദ്ധമായ ജീവിതം നയിച്ചിരുന്ന ഭാവനാശാലിയായ ഒരു ദാർശനികനെയാണ് ആ പനിനീർപ്പൂക്കളുടെ നടുക്കു, പാനപാത്രത്തിനരികെ പാടിക്കൊണ്ടിരിക്കുന്ന 'ഉമർഖയ്യാമി'ൽ ഞാൻ ദർശിക്കുന്നത്."- ദർശിച്ചുകൊള്ളട്ടെ! അങ്ങനെ ദർശിക്കുവാൻ അദ്ദേഹത്തിനവകാശമുണ്ടായിരിക്കണം. ഖയ്യാമിന്റെ ഭാവന ആമൂലം സന്മാർഗ്ഗവിരുദ്ധമായിത്തീർന്നിരിക്കുന്ന ഒരു സമുദായത്തിന്റെ ഉൽകൃഷ്ടകവിയായിപ്പോയല്ലോ ജി!

അതിലെ വൈരുദ്ധ്യം

ജി.യോടൊപ്പം നമുക്കും സമ്മതിക്കാം, ഇന്ദ്രിയദാസനായിരുന്നില്ല ഖയ്യാമെന്ന്. ഇന്ദ്രിയങ്ങളെക്കൊണ്ടു ജീവിതം ഉപഭോഗക്ഷമമാക്കിത്തീർക്കുന്ന, യജമാനനായിരുന്നു, റുബായ്യാത്തിൽ പ്രതിബിംബിക്കുന്ന ഉമർ. ഇന്ദ്രിയദാസനായ മനുഷ്യൻ ഒരിക്കലും ജി.യുടെ അനുഭവസമൃദ്ധമായ ജീവിത' ത്തി നർഹനാകുകയില്ല.

നിഷ്കരുണമായ തപശ്ചര്യ, ആഹ്ലാദനിഷേധം, പ്രബലമായിരുന്ന ഒരു കാലഘട്ടത്തിൽ ഉമർ ജനിക്കുകയും വളരുകയും ജീവിക്കുകയും ചെയ്തു. പുനർജ്ജന്മത്തിലും പരലോകത്തിലും അവിശ്വസിച്ചുകൊണ്ട് ഈ ജന്മത്തെയും ഈ ലോകത്തെയുംകുറിച്ച് അദ്ദേഹം ഗാനം ചെയ്തു. 'ജീവിതം പരിണാമിയും അപുനർല്ലഭ്യവുമായിരിക്കയാൽ ഓരോ നിമിഷവും അമൂല്യമാണ്; സുന്ദരമാണ്;ഉപഭോഗാർഹമാണ്,' എന്നു ഖയ്യാമിനെക്കൊണ്ട് പ്രഖ്യാപിപ്പിച്ച ജി.എന്തിനാണ് ആ ഉപഭോഗവസ്തുക്കളിൽനിന്നു മധുവും മധുവാണിയും ഒഴിച്ചുനിർത്താൻ ശ്രമിച്ചത് എന്ന ചോദ്യം ഉത്തരമില്ലാതെ അവശേഷിക്കുകയാണ്.

ക്ഷണം വീണ്ടും

നമുക്ക് ഇറാനിലേക്ക് മടങ്ങുക. പിന്നേയും പിന്നേയും അതേ ആഹ്വാനം പാനശാലയിലേക്കുള്ള ആഹ്വാനം, ഉയർന്നുയർന്നു കേൾക്കുന്നു:

"ഭാവി ഭയം ഭൂതശോക-
മദ്യ സംഹരിക്കും മദ്യ
ഭാജനം ഹാ നിറച്ചാലും
നീയോമലാളേ!
നാളെ? യെന്തിനിന്നലത്തെ
യുഗപരമ്പരയിങ്കൽ
നാളെ ഞാനും വിലീനനായ്-
പ്പോകയിലല്ലീ."

കലപ്പയും ചുറ്റികയും തൂലികയും കീഴെവച്ചു കുതിക്കാൻ തോന്നും ആ മധുശാലയിലേക്ക്; അല്ലെങ്കിൽ വാനവലോകത്തിനു തുല്യമായ ആ പാദപത്തണലിലേക്ക്. അവിടെ 'അവൾ' മുന്തിരിച്ചാറുപോലെ അരുണവർണമായ അവളുടെ അധരങ്ങളോടെ, പിപാസാകുലനായ എന്നെ കാത്തിരിക്കുകയായിരിക്കും. ഖയ്യാം വീണ്ടും ഉത്തേജനം നൽകുന്നു!

"നീ കുടിക്കിലീയാസവ-
മമർത്തുന്ന ചുണ്ടു ചെന്നു-
പൂക,മെല്ലാം പിറന്നുടൻ
ലയിക്കുമൊന്നിൽ!"

പക്ഷേ

ഞാൻ എന്നെത്തന്നെ മറന്നു പ്രപഞ്ചത്തെയും മറ്റെല്ലാ മിഥ്യകളെയും മറന്ന്, ആനന്ദസുഷുപ്തിയിൽ അങ്ങനെ ഇരുന്നുപോകും-എത്രനേരം!

വളരെയൊന്നുമില്ല: തീർച്ച, പാവ്‌ലോവ് പഠിപ്പിച്ചിട്ടുള്ളത് അങ്ങനെയാണ്. ഇഷ്ടാനിഷ്ടങ്ങൾ, സുഖാസുഖങ്ങൾ-ഇവയെല്ലാം അനപേക്ഷമല്ല; അവയ്ക്കു സനാതനമായ ഒരു മാനദണ്ഡമില്ല എന്നല്ലേ അദ്ദേഹം നമ്മെ പഠിപ്പിച്ചത്? മാത്രമല്ല, ആവർത്തനവും പരിണാമരാഹിത്യവും ആലസ്യമു ണ്ടാക്കുവാനേ ഉപകരിക്കുകയുള്ളൂ എന്നദ്ദേഹം സ്ഥാപിക്കുകയും ചെയ്തുവല്ലോ. ഏതാനും മണിക്കൂറുകൊണ്ട്; അല്ലെങ്കിൽ കുറച്ചു ദിവസംകൊണ്ട് ഉമറിന്റെ സ്വർഗ്ഗം നിങ്ങൾക്കു നരകമായി അനുഭവപ്പെട്ടുതുടങ്ങും. മൃദുലചർമ്മങ്ങളുമായി പരിചയം അധികമാകുതോറും മൃദുലചർമ്മത്തോടുള്ള നിങ്ങളുടെ ആഭിമുഖ്യം കുറഞ്ഞുകുറഞ്ഞു വരും. പാനപാത്രവും ക്രമത്തിൽ നിങ്ങളുടെ ഞരമ്പിനുവേണ്ട ഉത്തേജനം

നൽകുവാൻ അശക്തമായിത്തീരും. കാലത്തിന്റെ പരുപരുത്ത കരങ്ങൾ തലോടുക കാരണം നിങ്ങളുടെ പ്രേമഭാജനം ലാവണ്യം വറ്റിയും വാർധക്യം മുറ്റിയും വരുന്നത് നിങ്ങൾ കണ്ടുകൊണ്ടിരിക്കണം. ഭൂതകാലാനുഭൂതികളുടെ ഓർമ്മ അപ്പോൾ നിങ്ങളെ ആശ്വസിപ്പിച്ചേക്കാം; നിരാശനും വികലബുദ്ധിയും ആക്കിത്തീർക്കുകയും ചെയ്തേക്കാം. പ്രകൃതിയുടെ ഈ നിയമത്തിൽനിന്ന്-സൃഷ്ടിയുടെയും പ്രളയത്തിന്റെയും സനാതനമായ നിയമത്തിൽനിന്ന്- എന്നും വിടുതലില്ല. അതിനുവേണ്ടി ആശിക്കുന്നതുപോലും വിഡ്ഢിത്തമായിട്ടല്ലേ ഖയ്യാം കാണുന്നത്.

"മാനുഷന്റെ ജീവിതാശ
ചാരമാകുമുപചീയ
മാനമായാലൊന്നോ രണ്ടോ
നാഴികമാത്രം!"

അതിനുശേഷം പാനശാലയിലെ വിരുന്നുകാരെപ്പോലെ നാമും പോകണം! സുൽത്താനും അടിമയും, എല്ലാവരുതന്നെ പോയേതീരൂ. ഈ സമത്വത്തെ ജി. 'മരണത്തിന്റെ സാമ്യവാദം' എന്ന് ഉപഹസിച്ചു.

ജീവിതാംശം മാത്രം?

വിഖ്യാതമായ ആ ചതുഷ്പദിയിലേക്കു തന്നെ തിരിച്ചുവരട്ടേ? പാദപത്തണലിലെ ആ പറുദീസ-അനിയന്ത്രിതമായ ഉപഭോഗത്തിന്റെ ചിഹ്നമായ ആ സ്വർഗ്ഗം-എത്രയും വേഗത്തിൽ കാമ്യത മങ്ങി മടുപ്പനായിത്തീരുമെന്നാണ് നാം പറഞ്ഞത്. ജീവിക്കുക എന്നതിന്റെ അപരിച്ഛേദ്യമായ ഒരംശം ആണ്, അംശം മാത്രമാണ് ഉപഭോഗം. ജീവിതം കുറേക്കൂടി ദുർജ്ഞേയവുമാണ്. നിങ്ങൾ ഒരു മൂഢാത്മാവാണെങ്കിൽ ഖയ്യാമിന്റെ സ്വർഗ്ഗത്തിൽ നിങ്ങൾക്കു ഇടം മതിയായെന്നു വരാം. പിന്നേയും പിന്നേയും ഓജസ്സുകൊണ്ടു ജ്വലിക്കുന്ന ഒരാത്മാവു നിങ്ങൾക്കുണ്ടെങ്കിൽ, നിങ്ങളുടെ സ്വർഗ്ഗം ഉമറിന്റെ അരികിലല്ല.

ഭോഗവാദത്തിന്റെ മാപ്പുസാക്ഷികൾ

എന്തിന്? ഭർത്തൃഹരിപോലും ആ വാനവലോകത്തുനിന്ന് ഒളിച്ചോടിയല്ലോ. ഭഗവാൻ കാമദേവന് ഒരു സാഷ്ടാംഗപ്രണാമത്തോടു കൂടി തുടങ്ങിയ അദ്ദേഹംപോലും, ഈ പെണ്ണുങ്ങളുടെ വാക്കിൽ മധുവും ഹൃദയത്തിൽ കാകോളവും ആണെന്നു പറഞ്ഞു മടങ്ങിപ്പോരികയല്ലേ ചെയ്തത്! വൈരാഗ്യം!വൈരാഗ്യം! അവിടെയാണ് സായൂജ്യം! എന്നദ്ദേഹം പ്രഖ്യാപനം ചെയ്യുകയുമുണ്ടായി. ഇതേ ഊഞ്ഞാലാട്ടം-ഉപഭോഗത്തിനും വൈരാഗ്യത്തിനുമിടയ്ക്കുള്ള ഊഞ്ഞാലാട്ടം-മറ്റു കവികളിലും കാണാൻ കഴിയുന്നതാണ്. 'കുറ്റസമ്മത'ത്തിനു മുമ്പും പിമ്പുമുള്ള ടോൾസ്റ്റോയി,

ആ ഭോഗത്തിന്റെ പ്രതികാരം പരുത്ത നാവുകൊണ്ട് നക്കിനക്കിത്തീർക്കുകയാൽ സ്പന്ദിക്കുന്ന അസ്ഥിമാടമായിത്തീർന്ന നമ്മുടെ ചങ്ങമ്പുഴ ഇവരിരുവരും മതിയല്ലോ വിരുദ്ധ ജീവിതാദർശങ്ങൾക്കിടയിലുള്ള ഊഞ്ഞാലാട്ടം വ്യക്തമാക്കുവാൻ, ടോൾസ്റ്റോയിയും ഭർത്തൃഹരിയും ചങ്ങമ്പുഴയും ഉപഭോഗവാദത്തിന്റെ മാപ്പുസാക്ഷികളാണ്.

ഭൗതികാടിസ്ഥാനം

"അനുഭവിക്കുക അല്ലെങ്കിൽ നശിക്കുക'' എന്ന ഉമർഖയ്യാമിന്റെ മുദ്രാവാക്യം വിലക്ഷണമായ ഒരു തത്ത്വശാസ്ത്രത്തിന്റെ പ്രതിനിധിയാണ്. അതു മനുഷ്യജീവിതത്തിലെ ചില സത്യങ്ങൾ കാണുകയും മൗലികങ്ങളായ മറ്റു ചില സത്യങ്ങൾ കാണുവാൻ കൂട്ടാക്കാതിരിക്കുകയും ചെയ്യുന്നു-ഖയ്യാമിന്റെ ഈ മനോഭാവത്തിനും ചരിത്രപരമായ കാരണങ്ങളുണ്ട്. സമകാലീനമായ സംസ്കാരം പ്രകൃതിയുടെ ശക്തി കൂടുതൽ കൂടുതൽ മനസ്സിലാക്കുവാൻ തുടങ്ങിയിരുന്നു. എങ്കിലും പ്രകൃതി മനുഷ്യനു കീഴടങ്ങുവാൻ തീരെ വിസമ്മതിക്കുന്നതായി അനുഭവപ്പെട്ടു. അതേസമയം വ്യക്തിത്വബോധം- പ്രാകൃതമനുഷ്യനിൽ തീവ്രമായിരുന്നില്ലെന്നും ഊഹിക്കേണ്ടിയിരിക്കുന്ന ഗുണവിശേഷം-വർധിക്കുകയും ചെയ്തു. പേഴ്സ്യൻ റൊമാന്റിസിസവും അതിന്റെ സഹഗാമിയായ മിസ്റ്റിസിസവും ഈ പ്രവണതയുടെ പ്രതിഭാസങ്ങളായിരുന്നു.

രണ്ടു ചിന്താഗതി

വ്യക്തിബോധം വികസിക്കുകയും മനുഷ്യന്റെ സഹജമായ ദൗർബല്യം ഉത്തരോത്തരം വ്യക്തീകരിക്കപ്പെടുകയും ചെയ്യുമ്പോൾ സ്വാഭാവികമായി വിരുദ്ധങ്ങളായ രണ്ടു ചിന്താസരണികൾ ഉദ്ഘാടനം ചെയ്യപ്പെടുകയായി-ഉത്കടമായ ഉപഭോഗാഭിമുഖ്യവും ഉത്കടമായ പരാജയബോധവും വൈരാഗ്യവും; പരാജയബോധം ആത്മശക്തിയിലുള്ള അവിശ്വാസംകൊണ്ടും തജ്ജന്യമായ നൈരാശ്യംകൊണ്ടും, ഉപഭോഗകൗതുകം ക്ഷണികമായ, അപുനർല്ലഭ്യമായ സൗന്ദര്യം ആവോളം അനുഭവിക്കുവാനുള്ള ആഗ്രഹത്തിൽ നിന്നും. ഫിറ്റ്സ്ജെറാൾഡും ജി.യും കൂടി നമുക്കു പരിചയപ്പെടുത്തിത്തന്ന ഖയ്യാം ഉപഭോക്താക്കളുടെ വക്താവാണല്ലോ!

"ജീവിതമിതവസാനി-
ച്ചീടുമെന്നഭീതിതന്നെ
കൈവിടുക; നിരർത്ഥമാ-
ണീദൃശബോധം
നിത്യസഖീ പാത്രത്തിൽനി-

ന്നസ്വാദ്യശബ്ദദ്ബ്ദങ്ങ-
ളെത്രചൊരിഞ്ഞിട്ടില്ലിനി-
യെത്ര ചൊരിയും!"
അതുകൊണ്ട്,
"ഭാവിഭയം ഭൂതശോക-
മദ്യ സംഹരിക്കുംമദ്യ-
ഭാജനം ഹാ നിറച്ചാലും
നീയോമലാളേ!
നാളെ; യെന്തിനിന്നലത്തെ
യുഗപരമ്പരയിങ്കൽ
നാളെ ഞാനും വിലീനനായ്
പ്പോകയില്ലല്ലീ?"

"മരിച്ച ഇന്നലെയും അനാഗതമായ നാളെയും പോകട്ടെ! ഇന്നു മധുരമാണെങ്കിൽ എന്തിനവയ്ക്കു വേണ്ടി ഉഴറുന്നു?" എന്നായി ഖയ്യാമിന്റെ നില.

"നരജീവിതമായ വേദന-
യ്ക്കൊരുമട്ടർഭകരൗഷധങ്ങൾ താൻ"

എന്നിങ്ങനെ നരജീവിതം അനുസ്യൂതമായ ഒരു വേദനയായി ദർശിച്ച ആശാൻ വിഷാദാത്മകനായ ആശാൻ-ഖയ്യാമിന്റെ എതിരാളികളെ പ്രതിനിധാനം ചെയ്യുന്നു. രണ്ടുപേരുടെയും തത്ത്വശാസ്ത്രം ഒന്നുതന്നെയായിരുന്നുവെന്ന് നിങ്ങൾക്ക് കൗതുകപൂർവം നോക്കിക്കാണുവാൻ കഴിയും. ജീവിതം ചിരന്തനമായ വേദനയും നൈമിഷികസുഖങ്ങളുടെ സമാഹാരവുമായി സ്വീകരിച്ച രണ്ടു വിരുദ്ധവീക്ഷണങ്ങൾ ഒരേ ഉറവിടത്തിൽനിന്ന് അവരുടെ ദാർശനിക സിദ്ധാന്തങ്ങൾ അംഗീകരിക്കുന്നതായി കാണാം.

"നാമറിഞ്ഞില്ലെവിടെയോ
നിന്നു വന്നു മന്നിലിനി
നാമറിഞ്ഞില്ലിവിടെ നി-
ന്നെവിടെയ്ക്കാവോ?
എന്ന് ഉമർഖയ്യാമും
ഒരു നിശ്ചയവുമില്ലയൊന്നിനും
വരുമോരോ ദശ വന്നപോലെ പോം
വിരയുന്നു മനുഷ്യനേതിനോ
തിരിയാ ലോകരഹസ്യമാർക്കുമേ."

എന്നു കുമാരനാശാനും ഒരേ സ്വരത്തിൽ നിരാശതാസ്പൃഷ്ടമായ സ്വരത്തിൽ പ്രകൃതിയെ നോക്കി അത്ഭുതപ്പെട്ടു. എന്നിട്ട് അവരിലൊരാൾ

എപ്പിക്യൂറസ്സിന്റെ മാർഗ്ഗവും മറ്റയാൾ ശ്രീശങ്കരന്റെ മാർഗ്ഗവും എന്തിനനുസരിച്ചു?

'മനുഷ്യർ' ചോദിക്കാത്ത ചോദ്യം

ഖയ്യാമും ആശാനും പിന്തുടർന്ന വിശ്വാസങ്ങളൊന്നുതന്നെയായിരുന്നുവെന്നു നാം മനസ്സിലാക്കുകയുണ്ടായി. രണ്ടുപേർക്കും അവരുടെ സ്വന്തമായ ഭാവനാലോകം സൃഷ്ടിക്കുന്നതിലും അതിൽ ജീവിക്കുന്നതിലും കൗതുകമുണ്ടായിരുന്നു. യഥാർത്ഥമായ പ്രപഞ്ചസ്വഭാവം അന്വേഷിക്കുവാനും മനസ്സിലാക്കുവാനും ഇരുവരും വിസമ്മതിക്കുകയുണ്ടായി. ആത്മനിഷ്ഠമായ ഭാവനാപ്രപഞ്ചത്തെ വസ്തുനിഷ്ഠമായ വാസ്തവികപ്രപഞ്ചത്തെക്കാൾ ഖയ്യാമും ആശാനും ആരാധിച്ചു. അവരുടെ തത്ത്വചിന്ത അങ്ങനെ യഥാർത്ഥലോകവുമായി എപ്പോഴും അകന്നു നില്ക്കുന്നു. ഉപഭോഗം അല്ലെങ്കിൽ വൈരാഗ്യം എന്ന പ്രശ്നം കവികളെയും ചിന്തകരേയും അല്ലാതെ മനുഷ്യരെ ഒരിക്കലും അലട്ടിയില്ല. ഇനിയും ഏറെക്കാലത്തേയ്ക്കെങ്കിലും അലട്ടാനും പോകുന്നില്ല. ഈ പ്രശ്നത്തിന് ഒരു തീരുമാനം അന്വേഷിക്കുക കാരണം ഖയ്യാമും ആശാനും മനുഷ്യരുടെ ഇടയിൽ നിന്നു പിൻവാങ്ങി അവരുടെ ആത്മാവിലേയ്ക്കു വലിയുകയാണു ചെയ്തത്. ഒരു മനുഷ്യകഥാനുഗായിയെന്നു സ്വയം വിളിക്കുമെങ്കിലും ആശാൻ-ഖയ്യാമും-ഒരിക്കലും മനുഷ്യകഥാനുഗായിയായില്ല. ദുരവസ്ഥയെപ്പോലെ സമകാലീനപ്രശ്നങ്ങൾ ഇതിവൃത്തമായി സ്വീകരിച്ചിട്ടുള്ള ഒരു കൃതിയിൽപോലും ആശാൻ യാഥാർത്ഥ്യാംശത്തെ പൊട്ടിത്തെറിക്കുവോളം തന്റെ ഭാവനാനിശ്വാസം കൊണ്ടു വീർപ്പിച്ചുകളയുന്നില്ലേ?

സമൃദ്ധമായ ജീവിതം

ആവർത്തനം പൊറുക്കുമെങ്കിൽ ഞാൻ പറയും, ഉപഭോഗവും സന്ന്യാസവും മനുഷ്യരെ അഭിമുഖീകരിച്ചിട്ടുള്ള പ്രമേയങ്ങളല്ല എന്ന്. എങ്ങനെ ജീവിക്കണമെന്നും തടസ്സങ്ങൾ എങ്ങനെ തരണം ചെയ്യണമെന്നും മാത്രമേ അവർക്കു ചിന്തിക്കേണ്ടിവന്നിട്ടുള്ളൂ. അതിന് ഒരു ഉത്തരമേ ഉണ്ടാകേണ്ടതുള്ളൂ. സമൃദ്ധമായി ജീവിക്കുക സമഗ്രമായി ജീവിക്കുക എന്നുമാത്രം. ഖയ്യാം ഉദ്ദേശിച്ച വിധത്തിലല്ല ആ സമൃദ്ധമായ ജീവിതം. അനുഭവസമൃദ്ധമാകുകയില്ല അത്.

ഖയ്യാമിന്റെ കാവ്യത്തെക്കാൾ ഖയ്യാമിന്റെ വ്യക്തിജീവിതത്തെ ഞാനാരാധിക്കുന്നു. എത്രമാത്രം മഹത്വപൂർണ്ണമായിരുന്നു, ഊർജ്ജസ്വലമായിരുന്നു അത്. ആ ഹ്രസ്വമായ വാഴ്വിലെ ഓരോ വർഷവും ഓരോ ദിവസവും ഓരോ നിമിഷവും ഉന്നതവും അനുസ്യൂതവും ആയ കർമ്മോഷ്മാവുകൊണ്ടു ത്രസിച്ചുകൊണ്ടിരിക്കുന്ന കാഴ്ച കൺമുന്നിൽ

ഉയർന്നുവരുന്നുവോ എന്നു തോന്നിപ്പോകുന്നു. പ്രപഞ്ചരഹസ്യം മനുഷ്യബുദ്ധിയോടടുപ്പിച്ചു പിടിക്കുന്ന ദൂരദർശിനിക്കു കീഴിലും, ആത്മാവിന്റെ കൂടാരത്തിന് കേടുപാടുകൾ പോക്കുന്ന അമൂല്യൗഷധങ്ങൾ നിറയുന്ന പളുങ്കുപാത്രങ്ങൾക്കു പിറകിലും, മൃദുല സ്പർശം കൊണ്ട് ഹൃദയത്തിന് പുളകം ചാർത്തുന്ന കാവ്യപുഷ്പങ്ങൾക്കു നടുവിലും മാറമാറി പ്രത്യക്ഷപ്പെടുന്ന ഖയ്യാമിന്റെ ബഹുമുഖമായ പ്രതിഭാപ്രവാഹത്തെ, സാത്ഭുതം ഞാൻ ആരാധിക്കുന്നു. തന്റെ ഭാവന സ്വപ്നം കണ്ടിട്ടില്ലാത്ത തികവും മികവുമുണ്ട് ഖയ്യാമിന്റെ ജീവിതത്തിന്. ഒരിക്കൽ പരിചയപ്പെട്ടാൽ നൈഷാപ്പൂരിലെ ഉമർഖയ്യാമിനെ പാദപത്തണ ലിലെ ഉമർഖയ്യാമിനെക്കാൾ ലോകം മുഴുവൻ ആരാധിക്കുമെന്നു ഞാൻ വിശ്വസിക്കുന്നു.

ആനന്ദവാദം

ഉമറിന്റെ ജീവിതസിദ്ധാന്തത്തിനു ദാർശനികവും ശാസ്ത്രീയവുമായ തെറ്റുകളും പോരായ്മകളുമുണ്ട്.

തത്ത്വചിന്തയിൽ ഖയ്യാമിനെ ആനന്ദവാദികളുടെ കൂട്ടത്തിൽ നിർത്തണം. അനേകം ശതാബ്ദങ്ങൾക്കുമുമ്പ് ജീവിതത്തിന്റെ പരമമായ ലക്ഷ്യ ത്തെത്തേടി ആര്യന്മാർ അത്യന്തം സൂക്ഷ്മവും കർക്കശവും ആയ ആനന്ദവാദത്തിൽ എത്തിച്ചേരുകയുണ്ടായി. ജീവികൾ ആനന്ദത്തിൽ നിന്നുമാത്രം ഉത്ഭവിക്കുകയും ആനന്ദത്താൽമാത്രം ജാതങ്ങൾ ജീവിക്കുകയും ആനന്ദത്തിലേയ്ക്കു പ്രയാണം ചെയ്യുകയും അവിടെ അഭിസംവേശിക്കുകയും ചെയ്യുന്നു എന്ന് അവരുടെ ശ്രുതി പ്രഖ്യാപനം ചെയ്തു. ഈശ്വരനെ അവർ ആനന്ദസ്വരൂപനെന്നും സച്ചിദാനന്ദനെന്നും വിളിച്ചു. സഹസ്രാബ്ദങ്ങൾക്കു മുമ്പ് എപ്പിക്യൂറസ്സും കഴിഞ്ഞ ശതകത്തിൽ ജോൺ സ്റ്റുവർട്ടുമില്ലും ഇതേ പല്ലവി ആവർത്തിക്കുകയുണ്ടായി. തന്റെ ഫിലോസഫിയെക്കുറിച്ച് മിൽ എഴുതി:

'ആനന്ദവും വേദനയിൽനിന്നുള്ള മോചനവും മാത്രമാണ് ജീവിതലക്ഷ്യമെന്ന നിലയിൽ അഭികാമ്യമായവ. അഭികാമ്യങ്ങളായ എല്ലാ വസ്തുക്കളും അങ്ങനെയായിത്തീരുന്നത് അവയിൽ നിർലീനമായ ആനന്ദാംശം കൊണ്ടോ ആനന്ദപ്രാപ്തിക്കും വേദനാത്യാഗത്തിനും അവ ഉപകരിയ്ക്കുന്നതുകൊണ്ടോ മാത്രമാണ്.

പുതിയതായി ഒരു പദം മാത്രം അദ്ദേഹം തന്നു, പുതിയ ഒരാശയം നല്കുവാൻ പ്രാപ്തിയില്ലാത്ത പദം.

എതിർവാദങ്ങൾ

ആനന്ദം ഉപേക്ഷിച്ച മനുഷ്യൻ വേദനയാശ്ലേഷിക്കുന്ന അമൂല്യനിമിഷങ്ങളുണ്ടായിട്ടുണ്ട്. ജീവിതമധു നുകരുവാൻ വിരണ്ടോടിനടന്നിരുന്ന ഭർത്തൃഹരി, ആരുടേയും നിർബന്ധം കൂടാതെ സന്ന്യസ്തജീവിതം സ്വീകരിച്ച കഥ നാം കേട്ടു. ഖയ്യാം വാഗ്ദാനം ചെയ്ത സ്വർഗ്ഗം ഉപേക്ഷിച്ച് ചരിത്രാതീതകാലം മുതൽ മനുഷ്യൻ അതൃപ്തനായി, വേദനയും വേദനയിലെ ആനന്ദവും അന്വേഷിച്ചും തീർത്ഥയാത്ര ചെയ്തിട്ടുണ്ട്. ആ അതൃപ്തിയിൽനിന്നും ത്യാഗത്തിൽനിന്നും മഹോന്നതങ്ങളായ സംസ്കാരങ്ങൾ, ഉജ്ജ്വല ജീവിതമാതൃകകൾ ഉയർന്നിട്ടുമുണ്ട്. നിറവേറ്റപ്പെടാത്ത വാഗ്ദാനങ്ങൾ, ആഗമിക്കാത്ത സ്വർഗ്ഗരാജ്യങ്ങൾ, വിവാഹം ചുംബിക്കാത്ത അനുരക്ത ഹൃദയങ്ങൾ-ഇവയെല്ലാം മധുരതരങ്ങളായി അനുഭവപ്പെടുന്നില്ലേ?

ഖയ്യാമിന്റെ സ്വർഗത്തിൽനിന്ന് ഒളിച്ചോടിയ സിദ്ധാർത്ഥനെ ഓർത്തുനോക്കൂ. മദിരയും മധുവിധുവും ഉപേക്ഷിച്ച കയ്പ്പുള്ള കനികൾ തേടി അദ്ദേഹം യാത്രചെയ്തു. ആ ത്യക്തജീവിതവും സുന്ദരവും ആനന്ദമയവുമായ അസംഖ്യം സ്വപ്നങ്ങൾക്കു മിഴിവു നൽകുകയുണ്ടായി. ഉമറിന്റെ ഹൃദ്യമായ കാവ്യത്തിലെന്നപോലെ ലോകത്തിലെ എല്ലാ കരകളിലേയും ജനങ്ങൾ ഗൗതമന്റെ കയ്പ്പുള്ള സന്ദേശത്താൽ ആകൃഷ്ടരും ആവിഷ്ടരും ആയിത്തീർന്നല്ലോ.

എല്ലാ മഹൽക്കർമ്മങ്ങളും വേദനയാൽ നിർണ്ണീതമാണ് എന്നെഴുതിയപ്പോൾ ഹാവലോക്ക് എല്ലീസും ബുദ്ധനടക്കമുള്ള മഹദ്ജ്ജീവിതങ്ങളുടെ രഹസ്യം അഭിദർശിച്ച ഒരു ജീവിതശാസ്ത്രജ്ഞനെപ്പോലെ പെരുമാറി. പദാർത്ഥരൂപമായ പ്രപഞ്ചം ആസ്വദിക്കുന്നതിൽ മാത്രമല്ല, മഹത്തായ ഒരാദർശത്തിനു വേണ്ടി, ദീപ്തിമത്തായ ഒരു ലക്ഷ്യം പ്രാപിക്കുന്നതിനുവേണ്ടി ജീവിതം മുഴുവൻ തന്നെ ഏകാഗ്രമായ ഒരു സാധനയാക്കിച്ചെയ്യുന്നതിലും അനിർവചനീയമായ ആനന്ദാനുഭൂതിയുണ്ട്. പ്രകൃത്യാ ഒരർത്ഥവുമില്ലാത്ത മനുഷ്യജീവിതത്തെ അർത്ഥവും ലക്ഷ്യവും നൽകിക്കൊണ്ട് അത് സൗന്ദര്യമയമാക്കിത്തീർക്കുകയും ചെയ്യുന്നു.

ശാസ്ത്രം ചൂണ്ടുന്നതും അങ്ങോട്ട്

ഐൻസ്റ്റൈനെ നോക്കൂ. എത്ര സരളമാണ്, സന്ന്യസ്തമാണ്, സാധനാപൂർണ്ണമാണ് ആ ജീവിതം! ഏതു പ്രവാചകനോളവും ഏതു ഋഷിയോളവും ഏതു കവിയോളവും അദ്ദേഹം മനുഷ്യസമുദായത്തെ പുരോഗമിപ്പിക്കുകയും സംസ്കാരത്തെ സമ്പന്നമാക്കുകയും ചെയ്തു. ഖയ്യാമിന്റെ സ്വർഗ്ഗത്തിൽനിന്നു തീരെ വ്യത്യസ്തമായ ഒരു ലോകത്തിൽ പാനഭാജനത്തിനും മുന്തിരിച്ചാറിനും പ്രേമഭാജനത്തിനും പകരം

വിശ്വചൈതന്യത്തിന്റെ അളവുകുറിക്കുന്ന തന്റെ മുഴക്കോലുമായി ഐൻസ്റ്റൈൻ ആനന്ദോന്മത്തനായിരിക്കുന്നു.

"പാഴിലിവഴിക്കു പോയ
താത്വികന്മാർ ശവംതീനി-
യൂഴിയുടെയുദരത്തി-
ലുറക്കമായി;
പൂഴിയായിതവരുടെ ഗർവം
മധു നുകരുക!
തോഴി വെറും കാറ്റാണവ-
രോതിയതെല്ലാം!"

എന്നും അദ്ദേഹത്തിന്റെ നേട്ടങ്ങളെച്ചൂണ്ടി പ്രഖ്യാപിക്കുവാൻ ഉമറിന്നധികാരമില്ല. ഖയ്യാം പോലും സമ്പന്നമാക്കിയ ശാസ്ത്രസാമ്രാജ്യം, സുരഭിലവും മധുനിഷ്യന്ദിയുമാക്കിയ കാവ്യകേദാരം അഗാധവും സൂക്ഷ്മതരവും ആക്കിയ തത്ത്വദർശനം-ഇവയെല്ലാം പാഴിലോ?

മനഃശാസ്ത്രത്തിന്റെ നില

ജീവിതനിരീക്ഷണം മാത്രമല്ല ശാസ്ത്രീയപരീക്ഷണവും ഖയ്യാമിന്റെയും സഹപ്രവർത്തകന്മാരുടെയും ആനന്ദവാദത്തിനു പ്രതികൂലമായിരിക്കുകയാണ്. എപ്പിക്യൂറസ്സിന്റെയും ഉമർഖയ്യാമിന്റെയും ജോൺമില്ലിന്റെയും സരണി അനുവർത്തിച്ച സിഗ്മണ്ട് ഫ്രോയ്ഡും മനഃശാസ്ത്രത്തിൽ ആനന്ദതത്ത്വം വിനിവേശിപ്പിക്കുകയുണ്ടായി. ഈ സുഖാഭിലാഷം പ്രധാമായി ലൈംഗികമാണെന്നും അതു തടയപ്പെട്ടുമ്പോൾ രോഗങ്ങളും, വഴിതിരിക്കപ്പെട്ടുകയും ശുദ്ധീകരിക്കപ്പെട്ടുകയും ചെയ്യുമ്പോൾ കലാശാസ്ത്രങ്ങൾ രൂപമെടുക്കുകയും ചെയ്യുന്നുവെന്നും ഫ്രോയ്ഡും സിദ്ധാന്തിച്ചു.

ഫ്രോയ്ഡിനെ അനുസന്ധാനം ചെയ്തിട്ടെന്നപോലെ ഡി.എച്ച്. ലോറൻസ് ചില ചിത്രങ്ങൾ അവതരിപ്പിച്ചുവല്ലോ. ആ ചിത്രങ്ങളിൽ പ്രകടമായ അഭിലാഷം-ലൈംഗികനിയന്ത്രണങ്ങളിൽനിന്നു വിടുതൽ നേടുവാനുള്ള തീവ്രമായ അഭിലാഷം വാശിയോടുകൂടിയ വാദപ്രതിവാദങ്ങൾക്ക് ഇടയാകുകയും ചെയ്തു. ഹീഡോണിസത്തിന്റെ ഏറ്റവും പുതിയ വക്താവായിത്തീർന്നു ലോറൻസും.

മനഃശാസ്ത്രമണ്ഡലത്തിലെ മറ്റു പ്രവർത്തകന്മാർ തങ്ങളുടെ പരീക്ഷണങ്ങൾകൊണ്ട് ഈ വാദം നിഷേധിക്കുവാൻ ശ്രമിച്ചുകൊണ്ടിരുന്നു. മോർട്ടൻ പ്രിൻസും, മൽഡൗഗലും, റിവോഴ്സും, ഫ്രോയ്ഡിന്റെ സിദ്ധാന്തത്തെയും അതുവഴി ആനന്ദവാദത്തെ മുഴുവൻതന്നെയും ശക്തിയായി എതിർത്തു. ചെറുതും വലുതുമായ ഉദ്ദേശ്യങ്ങളിലേയ്ക്കുള്ള പ്രയാണമാണ്,

കേവലാനന്ദത്തെ അനുധാവനം ചെയ്യലല്ല ജീവിതം. ഏറ്റവും ദയാഹീനമായ പീഡനമനുഭവിച്ചും മരിക്കുവോളം തന്റെ കുഞ്ഞിനെ വേർപിരിയുവാൻ കൂട്ടാക്കാത്ത തള്ളപ്പക്ഷിയിൽ, വേദന സുഖത്തെക്കാൾ ഇളങ്ങുന്നുവെന്ന് മാക്ഡൗഗൽ ചൂണ്ടിക്കാണിക്കുന്നു: “മനുഷ്യരെപ്പോലെ മൃഗങ്ങൾക്കും അവരുടെ രക്തസാക്ഷികളുണ്ട്.” ഖയ്യാം ഉപദേശിക്കുന്ന ജീവിതം ഒരു മഹനീയാദർശത്തിനു വേണ്ടി രക്തസാക്ഷിയാകുന്ന വ്യക്തിയുടെ ജീവിതത്തെക്കാൾ ധന്യമാണ് എന്ന് എങ്ങനെ പറയും? ആനന്ദം മാത്രമാണ് മനുഷ്യന്റെ ലക്ഷ്യമെങ്കിൽ അവൻ എന്തിന് വേദന തേടി അലയുന്നു എന്ന ചോദ്യം അവശേഷിക്കുകയാണ്. ഈ സത്യം മനസ്സിലാക്കിയിട്ടാവണം സുഖസമ്പാദനത്തിൽക്കവിഞ്ഞ ചിലതെല്ലാം കാര്യമായിട്ടുണ്ടെന്നു ഫ്രോയ്ഡും ഒടുവിൽ സമ്മതിച്ചത്.

ഖയ്യാമിന്റെ പരാജയം-വിജയവും

ഇതേ പരാജയം ഖയ്യാമിന്റെ ദർശനത്തിനും പറ്റിയേതീരൂ. ഒരുക്കിയ അപ്പക്കഷണത്തിനു പകരം സമരം ചെയ്തു സമ്പാദിക്കേണ്ടുന്ന ഉപജീവന മാർഗ്ഗവും, സമൃദ്ധവും പൂർണ്ണവും ചിരസ്ഥായിയുമായ പാനപാത്രത്തിനു പകരം വല്ലപ്പോഴും വല്ല ദിക്കിലും വെച്ചു ലഭിക്കുന്ന ഒരു കവിൾ മദ്യവും ഗാനലോലയായി നിശ്ചലയായിരിക്കുന്ന കാമിനിക്കു പകരം ഭാവിയുടെ ഹൃദയത്തിൽ സ്വപ്നത്തിന്റെ ഒരു കണികകണക്കേ, അപ്രാപ്തയായി, ദുഷ്പ്രാപ്യയായി, ഭാവനാമാത്രഗോചരയായിരിക്കുന്ന ഒരു പ്രണയിനിയും ആസ്വാദ്യതരങ്ങളായേക്കാം. ഉമറിന്റെ സ്വർഗ്ഗം നിശ്ചേതനമാംവണ്ണം സുഖപ്രദവും ഭയാനകമാംവണ്ണം ശാന്തവും ആകുന്നു. എന്റെ സ്വർഗ്ഗത്തിൽ അശാന്തിയും വൈകൃതവും വേണമെന്ന് എനിക്കു നിർബന്ധമുണ്ട്. എന്തുകൊണ്ടെന്നാൽ ഞാൻ ശാന്തിയും സൗന്ദര്യവും കൊതിക്കുന്നു. വിജനതയിൽ, നിശ്ശബ്ദതയിൽ, മരണത്തിന്റെ അല്ല; ഈ ലോകത്തിന്റെ മധ്യത്തിൽ ഇവിടത്തെ തെമ്മാടികളുടെയും രാഷ്ട്രീയനേതാക്കന്മാരുടെയും അഭിസാരികമാരുടെയും വിദ്യാർത്ഥികളുടെയും ഇടയിൽമാത്രമേ എനിക്ക് എന്റെ സ്വർഗ്ഗം ആവശ്യമുള്ളൂ. ഖയ്യാമിന്റെ ഏകാന്തത, ഖയ്യാമിന്റെ ആനന്ദമാത്രപരത, ഖയ്യാമിന്റെ ജീവിതനിഷേധവ്യഗ്രത വയ്യ, അതൊന്നും സഹിക്കുകയേ വയ്യ! ആ സ്വർഗ്ഗത്തിന്റെ നിഴലിൽ ഭീകരാകാരനായ മരണം പതിയിരിക്കുന്നുണ്ട്. ഇത്രയും വെണ്മ, ഇത്രയും അർത്ഥശൂന്യമായ പ്രകാശം, ഇത്രയും ഉദ്വേഗജനകമായ മാധുര്യം എങ്ങനെ പൊറുക്കും? കറുപ്പും ഇരുട്ടും കയ്പും വേദനയും കൂടിയുള്ള മറ്റൊരു ലോകത്തിലേക്കു ഞാൻ പോകുകയാണ്. വന്ദനം! ഖയ്യാം വന്ദനം! നിങ്ങളുടേതിനേക്കാൾ ദീപ്തിമത്താണ് ആ സ്വർഗ്ഗം.

മിഥ്യാടനക്കാരനായ മഹാകവി ഖയ്യാമിന്റെ ഭാവനാപ്രപഞ്ചമല്ല, നിസാം-ഉൽ-മുല്ക്കിന്റെ സൗജന്യം പോലും തിരസ്കരിച്ചുകൊണ്ട് ശാസ്ത്രസേവനം ചെയ്തിരുന്ന ഖുറാസാനിലെ ഉമർഖയ്യാമിന്റെ സ്വകാര്യജീവിതമാണ് മനുഷ്യരാശിക്ക് ആശാവഹം, ഉത്തേജകം!

1951

www.ingramcontent.com/pod-product-compliance
Lightning Source LLC
LaVergne TN
LVHW060136051026
849517LV00007B/2491